ബാർകോഡ്

barcode
stories

•

susmesh chandroth

•

first edition
february 2012

•

second edition
april 2015

•

typesetting & published
chintha publishers, thiruvananthapuram

•

•

cover
ambeesh

•

Rights reserved

വിതരണം

ദേശാഭിമാനി ബുക്ക് ഹൗസ്

H O തിരുവനന്തപുരം-695 035
phone: 0471-2303026, 6063026
www.chinthapublishers.com
chinthapublishers@gmail.com

ബ്രാഞ്ചുകൾ

ഹെഡ്ഡാഫീസ് ബ്രാഞ്ച് കുന്നുകുഴി • സ്റ്റാച്യു തിരുവനന്തപുരം • കെ എസ് ആർ ടി സി ബസ് സ്റ്റേഷൻ ആലപ്പുഴ • കെ എസ് ആർ ടി സി ബസ് സ്റ്റേഷൻ എറണാകുളം • ചിറ്റൂർ റോഡ് എറണാകുളം • മച്ചിങ്ങൽ ലെയ്ൻ തൃശൂർ • ഐ ജി റോഡ് കോഴിക്കോട് • മാവൂർ റോഡ് കോഴിക്കോട് • എൻ ജി ഒ യൂണിയൻ ബിൽഡിങ്ങ് കണ്ണൂർ • സെൻട്രൽ ബസ് ടെർമിനൽ കോംപ്ലക്സ് താവക്കര കണ്ണൂർ

CR - 1433 / 3640

ബാർകോഡ്

കഥകൾ

സുസ്മേഷ് ചന്ത്രോത്ത്

ചിന്ത പബ്ലിഷേഴ്സ്
തിരുവനന്തപുരം-695 035
വില: ₹ 90

സുസ്മേഷ് ചന്ത്രോത്ത്

1977 ഏപ്രിൽ ഒന്നിന് ജനനം. കേന്ദ്ര സാഹിത്യഅക്കാ ദമിയുടെ പ്രഥമ യുവപുരസ്കാർ, കേരള സാഹിത്യഅക്കാ ദമിയുടെ ഗീതാഹിരണ്യൻ എൻഡോവ്മെന്റ്, ഡിസി ബുക്സ് നോവൽ കാർണിവൽ അവാർഡ്-2004, തിരക്കഥ യ്ക്കുള്ള സംസ്ഥാന സർക്കാർ ടെലിവിഷൻ അവാർഡ്, മലയാള മനോരമ ബുക്ക് ഓഫ് ദി ഇയർ-2012, ചെറുകാട് അവാർഡ്, ഇടശ്ശേരി അവാർഡ്, സി വി ശ്രീരാമൻ സ്മൃതി പുരസ്കാരം, മുണ്ടൂർ കൃഷ്ണൻകുട്ടി കഥാപുരസ്കാരം, അബുദാബി-ശക്തി അവാർഡ്, അങ്കണം അവാർഡ്, കെ എ കൊടുങ്ങല്ലൂർ കഥാപുരസ്കാരം, തോപ്പിൽ രവി അവാർ ഡ്, ഇ പിസുഷമ എൻഡോവ്മെന്റ് എന്നിവയാണ് ലഭിച്ചിട്ടു ള്ള പ്രധാന പുരസ്കാരങ്ങൾ. കഥകൾക്ക് പരിഭാഷകളും പാഠപുസ്തകപ്പതിപ്പുകളും ഉണ്ടായിട്ടുണ്ട്.

സുസ്മേഷ് ചന്ത്രോത്തിന്റെ കൃതികൾ

നോവലുകൾ
ഡി, മറൈൻ കാന്റീൻ, 9, പേപ്പർലോഡ്ജ്, മാംസത്തിന്റെ രാഗം ശരീരം, യന്ത്രലോചനം, ആത്മഹരായ.

നോവെല്ല
നായകനും നായികയും

കഥകൾ
വെയിൽ ചായുമ്പോൾ നദിയോരം, ആശുപത്രികൾ ആവ ശ്യപ്പെടുന്ന ലോകം, ഗാന്ധിമാർഗം, കോക്ടെയ്ൽസിറ്റി, മാമ്പഴമഞ്ഞ, സ്വർണ്ണമഹൽ, മരണവിദ്യാലയം, സങ്കടമോ ചനം, ബാർകോഡ്, നീർന്നായ, എന്റെ മകൾ ഒളിച്ചോടും മുമ്പ്.

ലേഖനങ്ങൾ
അസാധാരണ ഓർമ്മകളും സാധാരണ അനുഭവങ്ങളും.

email:susmeshchandroth.d@gmail.com

ഉള്ളടക്കം

മെറൂൺ

സൈന്യത്തിൽ ചേരുന്നതിന് മുമ്പ് എനിക്ക് ചിത്രകലയിലായി രുന്നു താൽപ്പര്യം. അതുകൊണ്ട് പറയട്ടെ, നദിക്ക് വെളുപ്പിൽ പച്ച കലർന്ന ജലച്ഛായനിറമായിരുന്നു. ശീതം കലർന്ന ഈ പച്ചയാണ് സിന്ധു വിന്റെ സ്ഥായിയായ നിറം. കരയുടേത് വെളുപ്പുകലർന്ന മഞ്ഞയും. വെള്ളത്തിലെത്തിയപ്പോൾ നദിയിൽനിന്ന് തണുപ്പിന്റെ അനേകായിരം അലകൾ എന്റെ ശരീരകോശങ്ങളിലേക്ക് കിനിഞ്ഞിറങ്ങി.അതെല്ലാം ഞാൻ മെറൂൺ എന്ന ഇരുപതുകാരി പെൺകുട്ടിയുടെ മൃതദേഹത്തി നായി സഹിച്ചു. പക്ഷേ, ആഴങ്ങളിൽനിന്ന് മൃതദേഹത്തിന്റെ വീണ്ടെടു ക്കൽ അത്ര എളുപ്പമായിരുന്നില്ല. അതെനിക്കറിയാം. എങ്കിലും എനി ക്കത് കണ്ടെത്തിയേ മതിയാകൂ. അതുകൊണ്ട് ആദ്യം ശിരസ്സ്, മുഖം, നെഞ്ച്, കാലുകൾ എന്നിങ്ങനെ ഞാൻ ജലത്തിലേക്ക് പ്രവേശിക്കുക യായിരുന്നു.

മെറൂൺ..

നദിയിലേക്ക് ഊളിയിടുമ്പോൾ ഞാൻ നിശ്ശബ്ദം വിളിച്ചു.

വില്ലോ മരങ്ങൾക്കിടയിൽ മാനിനെപ്പോലെ അവൾ മറയുന്നത് ഞാൻ അകക്കണ്ണിൽ കണ്ടു. കരയിൽ കാത്തുനിൽക്കുന്നവർ കേൾക്കു കയില്ല ഈ നിലവിളി. എന്നോടൊപ്പം വെള്ളത്തിലേക്ക് കൂപ്പുകുത്തിയ മറ്റുള്ളവരും അറിയുകയില്ല ഈ ശബ്ദം. പക്ഷേ, മെറൂൺ കേൾക്കും. ഒരു സൈനികനോട് ഇവിടുത്തെ ഏത് ഗ്രാമവാസിക്കും തോന്നുന്ന മമ തയും സ്നേഹവും മാത്രമല്ല അത്. മെറൂൺ മുതിരുമ്പോഴും വിവാഹിത യാവുമ്പോഴുമൊക്കെ ഞങ്ങളിവിടെയുണ്ടായിരുന്നു. മണൽക്കുന്നുക ളിലും കൃഷിയിടങ്ങളിലും ആടുകളെ മേയ്ക്കാൻ പോകുമ്പോഴും വില്ലോ മരത്തിന്റെ കൊമ്പുകളുമായി വീട്ടിലേക്ക് പോകുമ്പോഴും അവൾ കൈ യുയർത്തി വീശും. ലേയിലേക്കും ശ്രീനഗറിലേക്കുമുള്ള ഞങ്ങളുടെ

യാത്രകളിൽ എത്രയോ തവണ അവളെ വഴിയരികിൽ കണ്ടിരിക്കുന്നു. വഴിയാത്രക്കാരായ കാറുകാരോട് നിമ്മുവിലേക്കോ ഖാൽസിയിലേക്കോ ഒരു യാത്ര തരപ്പെടുത്താനായിരിക്കും ആ നിൽപ്പ്. കൂടെ ചിലപ്പോൾ ഗ്രാമത്തിലെ മറ്റു സ്ത്രീകളും കാണും. ബസുകളും സഞ്ചാരവാഹന ങ്ങളും കുറവായതിനാൽ നാട്ടുകാരുടെ യാത്രയ്ക്ക് അതേ വഴിയുണ്ടാ യിരുന്നുള്ളൂ.

സാസ്പോളിലായിരുന്നു അവളുടെ വീട്. കല്ല് പെറുക്കി വച്ച് മുക ളിൽ ചുള്ളിക്കമ്പ് വിതറിയ അതിരുകൾ. അതിനപ്പുറം മെറൂണിന്റെ ബന്ധുക്കളുടെ കൃഷിസ്ഥലം. തല വലുതായ കഴുതകൾ അലഞ്ഞുനട ക്കുന്ന വഴികൾ. അലസമായി ഉറങ്ങിക്കിടക്കുന്ന നായകൾ. ട്രക്കുകളുടെ പിൻഭാഗത്ത് മടിയിൽ നിറച്ച തോക്കുകളുമായി ഞങ്ങൾ ഇരിക്കുമ്പോൾ പാതവക്കിൽ മെറൂണിനെ കാണുന്നത് ഐശ്വര്യമായിരുന്നു. ഞങ്ങൾ ചിലപ്പോൾ വാതുവയ്ക്കും.

"ഇന്ന് ട്രാൻസിസ്റ്റ്ക്യാമ്പിനപ്പുറം മെറൂണുണ്ടായിരിക്കും."

"അല്ല, അവളിന്ന് പാടത്തായിരിക്കും."

"ഇല്ല, മാർക്കറ്റിലേ കാണൂ, ഇന്ന് വെയിലുണ്ടല്ലോ.."

"എവിടെയാണെങ്കിലും ഞാനവൾക്ക് ഒരു പറക്കുന്ന ചുംബനം കൊടുക്കും."

"ഞാനും കൊടുക്കും. പക്ഷേ അവളെനിക്കേ തിരിച്ചുതരൂ.."

കൈകൾ വീശി തുഴയുന്നതിനിടയിൽ ഞാൻ വിചാരിച്ചു, മെറൂ ണിന്റെ മൃതദേഹം എനിക്കുതന്നെ നദിയുടെ ആഴങ്ങളിൽനിന്ന് കോരി യെടുക്കണം. പതിനെട്ടുമാസം മുമ്പ് അവളുടെ ഭർത്താവ് ഫൈസലിന്റെ ചിന്നിച്ചിതറിയ മൃതദേഹവും വാരിയെടുത്തത് ഞാനാണ്. ശ്രീനഗറിലെ ചന്തയിൽ ശിവാലിക് ഹോട്ടലിനുസമീപം ന്യൂ കാശ്മീർ ഡ്രൈഫ്രൂട്ട്സ് കട നടത്തുകയായിരുന്നു ഫൈസൽ. വൈകുന്നേരം ആറുമണിക്കു ണ്ടായ സ്ഫോടനം. മിലിറ്റന്റ്സിനെ വധിച്ചശേഷം ഞങ്ങൾ തകർന്ന കടയ്ക്കരികിലെത്തി. അത് മെറൂണിന്റെ ഭർത്താവിന്റെ കടയാണെന്ന് ഞങ്ങളിൽ ചിലർക്ക് അറിയാമായിരുന്നു. ഫൈസലിന്റെ മൃതദേഹത്തിന് ചുടും രക്തപ്പശയും മാംസത്തിന്റെ ചിന്നിപ്പറിഞ്ഞ ശകലങ്ങളുമുണ്ടായി രുന്നു. ഫൈസൽ എന്ന സങ്കൽപ്പത്തിൽ വീണുകിടന്നു കരയുമ്പോൾ മെറൂൺ ഞങ്ങൾക്ക് അപരിചിതയായി. അതുവരെ കാണാത്ത വേറേതോ മെറൂൺ. എന്നാൽ ഇപ്പോൾ ഞാൻ കണ്ടെടുക്കാൻ പോകുന്ന മെറൂ ണിന്റെ ശവം ചിതറിയിട്ടുണ്ടാവില്ല, വിറങ്ങലിച്ചിട്ടേ ഉണ്ടാകൂ. പക്ഷേ അത് മെറൂണിന്റേതാണ്. അതിനാൽ മണ്ണിനെയും വെയിലിനെയുമൊ ക്കെപ്പോലെ ഒരു ചൈതന്യം ശവശരീരത്തിലും അവൾ അവശേഷിപ്പി ച്ചുണ്ടാകും.

മെറൂൺ..

ചുണ്ണാമ്പുകല്ലിന്റെയും പരുക്കൻ കല്ലിന്റെയും ഇടയിലാണോ നീ.

ഞാൻ ആഴങ്ങളിലേക്ക് കണ്ണുതുറന്ന് അന്വേഷിച്ചു. അപ്പോൾ അത്ഭു തകരമായ വിധത്തിൽ ജലത്തിൽനിന്ന് ഞാനവളുടെ ഞരക്കം കേട്ടു. അതുകേട്ടതോടെ ആഹ്ലാദത്തിന്റെ ഒരു നുര എന്നെ വന്നുതൊട്ടു. പക്ഷേ അത് ക്ഷണികമായിരുന്നു. മരിച്ചുകഴിഞ്ഞ മെറൂണിന്റെ സ്വരമാണ് ഞാൻ കേട്ടതെന്ന് വൈകാതെയെനിക്ക് മനസിലായി. അത് അത്രമാത്രം നേര ത്തിരുന്നു. അതിൽ പ്രത്യാശയുടെയോ അതിജീവനത്തിന്റെയോ കണിക പോലും ഉണ്ടായിരുന്നില്ല. അതിനർഥം അവൾ ഈ ദേശം വിട്ട് പോയി ക്കഴിഞ്ഞു എന്നുതന്നെയാണ്.

അപ്പോൾ അഗാധതയിൽനിന്ന് മെറൂണിന്റെ ശബ്ദം വീണ്ടും കേട്ടു. പോപ്ലാർ മരങ്ങളുടെ ഇലകളുലയുന്നതുപോലെയായിരുന്നു അത്.

"മെറൂൺ.. ആകാശനീല നിറമുള്ള ശിരോവസ്ത്രമണിഞ്ഞ് പാദാ കൃതിയുള്ള ഷൂസുമിട്ട് മുതുകിൽ വച്ച കുട്ടയും പേറി നീയിങ്ങനെ ഓടല്ലേ. കുണുകുകളല്ല, മൈനുകളാണ് അതെല്ലാം."

ഫൈസൽ മരിച്ചതിനുശേഷമുള്ള മെറൂണാണ് മറുപടി പറയുന്നത്.

"ഇല്ല ബാബു, മൈനുകളെ എനിക്കിപ്പോൾ ഭയമില്ല. ഫൈസലി നുശേഷം ഞാൻ ജീവിച്ചത് എന്റെ ഉപ്പയ്ക്കുവേണ്ടിയാണ്. സഞ്ചാരി കളെ കൂട്ടിനടന്ന് ദേശം കാട്ടി കുടുംബം പുലർത്തിയ ഉപ്പയ്ക്കുവേണ്ടി. പിന്നെ.."

മെറൂൺ നിശ്ശബ്ദയായി. അവൾ ആരെയോ ഓർമിക്കുകയായിരുന്നു.

അവളുടെ അച്ഛൻ അലി എന്റെ മനസിലേക്ക് വന്നു. നീണ്ട മൂക്കുള്ള സാധുവായ ലഡാക്കി. സഞ്ചാരികളെയും കൂട്ടി സീസണുകളിൽ അയാൾ തടാകങ്ങൾ ചുറ്റാനിറങ്ങും. ദാലിന്റെ നെഞ്ചിലൂടെ ശിക്കാറിയിൽ അയാൾ പകലുകൾ താണ്ടും. അല്ലാത്തപ്പോൾ തടാകത്തിന്റെ നാഭിയിൽ ചൂണ്ട ലിട്ട് മത്സ്യങ്ങളെ പിടിക്കും. ഒഴിവുനേരങ്ങളിൽ മരുമകന്റെ കടയിൽ ചെന്നിരിക്കും. ഞാൻ ആ ചിന്തകളിൽ നിന്നു കുതറിമാറി. പക്ഷേ മെറൂ ൺ ഓരോന്ന് ഓർമിച്ചുകൊണ്ട് പറയുകയും ചിരിക്കുകയും ചെയ്തു.

"ബാബു, ഫൈസൽ എന്നോട് പൊറുക്കട്ടെ, ഇമ്രാനെന്നാണ് അവന്റെ പേര്. തെമ്മാടിയിൽ ഒട്ടും കുറയാത്ത ഒരുത്തൻ. അവൻ എന്നെ കാണാൻ വന്നു. പലതവണ ഞാനും അവനെ കാണാൻ പോയി. അത റിഞ്ഞ് ഉപ്പ എല്ലായ്പോഴും എന്നെ വിലക്കി. അപ്പോൾ ഞാൻ കരയും. ഞാൻ കരയുമ്പോൾ ഉപ്പയും കരയും. ഒടുവിൽ ഒരു വിധവയായിരു ന്നിട്ടും അവന്റെ കൂടെ ജീവിക്കാൻ ഉപ്പ എന്നെ അനുവദിച്ചു. പക്ഷേ അവൻ അനുവദിക്കും മുമ്പേ..."

മെറൂൺ നിശ്ശബ്ദയായി. ഫൈസലിന്റെ ജീവിതത്തിനുശേഷം അവളെ നേരിടാൻ ഞങ്ങൾക്ക് മടിയുണ്ടായിരുന്നു. ഞങ്ങൾ വെറും പട്ടാ ളക്കാർ മാത്രമായിരുന്നില്ല. ഗ്രാമീണരായിരുന്നു ഞങ്ങളുടെ ബന്ധുക്കൾ. അതുകൊണ്ട് ഞങ്ങൾക്കാ കഥ അറിയില്ലായിരുന്നു.

സിന്ധുവിന്റെ തണുപ്പിലേക്ക് ഞാൻ ഊളിയിട്ടുപോയി, മെറൂൺ പറയുന്നത് കേൾക്കാൻ.

"ബാബു, വില്ലോമരങ്ങളെ കണ്ടിട്ടില്ലേ? നീണ്ടുയർന്ന്, പച്ചിലകൾ നിറച്ച്, കാറ്റിലുലഞ്ഞ് നിൽക്കുന്നത്. അതേപോലെയായിരുന്നു ഇമ്രാനും. ഖാൽസിയിൽ വച്ചാണ് ഞാനവനെ ആദ്യമായി കണ്ടത്. ഉയരമായിരുന്നു അവന്റെ ഗാംഭീര്യം. വേണമെങ്കിൽ അവനൊരു നാടോടിയായിരുന്നു എന്നു പറയാം. അവനാണെനിക്ക് ജീവിതത്തെപ്പറ്റി പറഞ്ഞുതന്നത്. അല്ലെങ്കിൽ ഫൈസൽ മരിച്ച ദുഃഖത്തിൽ ഞാൻ പതറിപ്പോകുമായി രുന്നു."

മെറൂൺ അവനുമൊത്തുള്ള സംഭാഷണങ്ങൾ ഓർമിച്ചു.

ഞാൻ ചോദിച്ചു:

"ഇമ്രാൻ, മറക്കാൻ കഴിയാത്ത ഓർമകളെ എന്തുചെയ്യണം."

ഇമ്രാൻ പറഞ്ഞു.

"അങ്ങനെയൊന്നില്ല. എല്ലായ്പോഴും അവശേഷിക്കുന്നത് വിസർ ജ്യം മാത്രമാണ്. മനസിന്റെയും ശരീരത്തിന്റെയും. രണ്ടും നമുക്കാവ ശ്യമില്ല."

ഞാൻ ചോദിച്ചു:

"എങ്ങനെയാണ് ലഘുവാകാൻ കഴിയുന്നത്."

ഇമ്രാൻ പറഞ്ഞു:

"വിസർജ്യത്തെ സംബന്ധിച്ച കാര്യങ്ങളിൽ പുരുഷന്മാർക്ക് ലഘു വാകാൻ കഴിയും. സ്ത്രീകൾക്ക് സങ്കീർണമാകാനേ സാധിക്കൂ."

"ബാബു, ഞാനന്നേരം മിണ്ടാതെ നിന്നു. എന്റെ മനസിന്റെയും ശരീരത്തിന്റെയും വിസർജ്യങ്ങളിൽ അങ്ങേയറ്റം ശ്രദ്ധാലുവാകാതെ എനിക്കു കഴിയുകയില്ലായിരുന്നു. അതെനിക്കറിയാമായിരുന്നല്ലോ. ഫൈ സൽ മരിച്ചതിനുശേഷം, ഞങ്ങളുടെ ഗ്രാമത്തിലെ മഞ്ഞക്കൊക്കുകളുള്ള കാക്കകളെപ്പോലെയായിരുന്നു കലണ്ടർ. നിശ്ചലം. അതിനെ ഭേദിച്ചത് നിങ്ങളുടെയും അവരുടെയും തോക്കുകളുടെ ശബ്ദം. പിന്നെ ഇമ്രാന്റെ സ്വരവും."

"എന്നിട്ട്, ഇമ്രാനെന്തു സംഭവിച്ചു. എന്തുകൊണ്ട് നീ ഇമ്രാനു വേണ്ടി നിലപാടെടുത്തില്ല."

ഞാൻ ചോദിച്ചു. ഒരിടത്തുനിന്നും മറുപടി വന്നില്ല.

ഞാൻ ചുറ്റിനും നോക്കി. പച്ച കലർന്ന ജലനീലിമ മാത്രം. അതിനി ടയിൽ അവളുടെ മുടിയിഴകൾ പോലെ എന്തോ ഉലഞ്ഞെത്തുന്നത് ഞാൻ കണ്ടു. ഞാൻ അവിടേക് നീങ്ങിക്കൊണ്ട് ഉറക്കെ വിളിച്ചു:

"മെറൂൺ.."

"ബാബു, മരിച്ചുകഴിഞ്ഞ എന്നെയിനി തിരയുന്നതെന്തിനാണ്. ഉപ്പയ്ക്ക് എന്റെ ശവം കാണുമ്പോൾ വലിയ സങ്കടമാവും."

അതവഗണിച്ചുകൊണ്ട് ഞാൻ ചോദിച്ചു:

"മെറൂൺ, കരയിൽ കാത്തിരിക്കുന്നവർക്കിടയിൽ നിന്റെ ഇമ്രാ നുണ്ടോ?"

"ബാബു, ഇമ്രാൻ കരയിൽ വന്ന് കാത്തിരിക്കുമെന്ന് ഞാൻ കരു തുന്നില്ല."

"എന്തുകൊണ്ട്?"

"ബാബൂ, ഇമ്രാൻ അങ്ങനെ ശീലിച്ചിട്ടില്ല. അവൻ സഞ്ചാരിയാണ്. അവൻ പറഞ്ഞിട്ടുള്ളത് ആഗ്രഹങ്ങൾക്കപ്പുറത്തേക്ക് പറക്കാനാണ്. ഇപ്പോൾ ഞാൻ ചെയ്യുന്നതും അതാണ്. പിന്നെ കരയിൽ വന്ന് എന്റെ ശവം കാത്തിരിക്കാൻ അവനിപ്പോൾ ജീവിച്ചിരിപ്പില്ല."

ഞാൻ ഭയാനകമായ ഒരു ചുഴിയിലകപ്പെട്ടു. ചുഴിയിൽനിന്നു പുറ ത്തുവരുമ്പോൾ എനിക്കെന്റെ മേലുള്ള നിയന്ത്രണം മുക്കാലും നഷ്ട മായിക്കഴിഞ്ഞിരുന്നു. മെറൂണിന്റെ യാതൊരു ഒച്ചയും കേൾക്കാനില്ല.

നദിയുടെ അടിയൊഴുക്കിന്റെ ഒച്ച എനിക്കു കേൾക്കാമായിരുന്നു. അലർച്ചപോലെയായിരുന്നു അത്. കൂർത്ത പാറക്കല്ലുകൾ തലപൊക്കി നിൽക്കുന്നത് കാണാം.

"ബാബൂ, നിങ്ങളുടെ ആളുകളാണ് എന്റെ ഇമ്രാനെ കൊന്നത്."

ഞാൻ തുഴച്ചിൽ നിർത്തി. നദി എന്നെയൊന്നു വട്ടം കറക്കി. ഇപ്പോൾ വളരെ അടുത്തെവിടെയോ ആണ് മെറൂൺ. പച്ചവെള്ളത്തിന ടിയിലെ കൊട്ടാരത്തിൽ അവൾ ശ്വാസമെടുക്കുന്നത് അറിയാം. സൈ ന്യമെന്തിനാണ് ഇമ്രാനെ കൊല്ലുന്നത്. അതിനർഥം അവൻ അപകട കാരിയായ..

പെട്ടെന്ന് എന്റെ മനസു വായിച്ചതുപോലെ മെറൂൺ ഉറക്കെ പറഞ്ഞു:

"ഇല്ല, എന്റെ ഇമ്രാൻ യാതൊന്നും ചെയ്തിട്ടില്ല. ചെയ്തത് നിങ്ങ ളൊക്കെയാണ്."

"മെറൂൺ, വായടയ്ക്ക്."

ഞാൻ വെള്ളത്തിനടിയിൽ ആവുന്നതുപോലെ അലറി.

"ബാബൂ, ദേഷ്യപ്പെട്ടിട്ട് എന്താണു കാര്യം. മരിച്ചുപോയ എന്റെ ഇമ്രാനെ ഇനി തിരിച്ചുകിട്ടുമോ. അന്ന് മച്ചിലിൽ ഒരേറ്റുമുട്ടലുണ്ടായത് ഓർക്കുന്നില്ലേ. തീവ്രവാദികളെന്നു മുദ്രകുത്തപ്പെട്ട നാലുപേരാണ് അന്ന് മരിച്ചത്. അതിലൊരാൾ വെറും നാടോടിയായിരുന്ന ഇമ്രാനായിരുന്നു. നിങ്ങൾ തന്നെ പിന്നീട് പറഞ്ഞില്ലേ, അത് വെറുമൊരു പകപോക്കലാ യിരുന്നു എന്ന്. വ്യാജ ഏറ്റുമുട്ടലായിരുന്നു എന്ന്."

മെറൂണിന്റെ കരച്ചിൽ ഞാൻ കേട്ടു. ജലം തൊടും പോലെ ആർദ്ര മായിരുന്നു അത്.

ഞാൻ ഓർമിച്ചു. ആറ് ആഴ്ചകൾക്കുമുമ്പ് കുപ് വാരയിലെ മച്ചി ലിൽ അങ്ങനെ ഒരേറ്റുമുട്ടലുണ്ടായിട്ടുണ്ട്. പിന്നീടത് കമാൻഡിങ് ഓഫീ സർ കേണൽ പത്താനിയുടെയും മേജർ ഉപീന്ദറിന്റെയും പ്രാദേശിക വൈരാഗ്യമായിരുന്നു എന്ന് സൈനികതലത്തിൽ നിന്നുതന്നെ വിശദീ കരണം വന്നിരുന്നു. രജപുത് റജിമെന്റിലെ ഓഫീസർമാരായിരുന്നു അവർ. നെഞ്ചിൽ വെടിയേറ്റ് മരിച്ചുവീണ നാലുചെറുപ്പക്കാരിൽ ഒരാൾ അസാമാന്യ ഉയരമുണ്ടായിരുന്ന ഒരാളാണെന്ന് ഞാനോർമിച്ചു. അതായി രിക്കണം ഇമ്രാൻ. ഈ ഗ്രാമവാസികൾക്ക് ഇങ്ങനെയും ഒടുങ്ങാതെ വയ്യ.

"മെറൂൺ, ഖാൽസിയിൽ വച്ചു നീ പരിചയപ്പെട്ടത് നിന്റെ വിധിയെ യാണ്."

ഞാൻ പറഞ്ഞു.

"നാണമില്ലേ ബാബൂ, നിരപരാധികളെ തോന്ന്യാസത്തിന് വെടി വച്ചുകൊന്നിട്ട് ന്യായീകരിക്കാൻ. നഷ്ടപ്പെട്ടത്, ഞാൻ തിരിച്ചുപിടിക്കാൻ ശ്രമിച്ച എന്റെ ജീവിതമാണ്. എന്റെ യൗവനവും സ്വപ്നങ്ങളുമാണ്. എന്റെ രാജ്യസ്നേഹം പോലുമാണ്. അറിയ്യോ.."

"മെറൂൺ.."

"എന്നെ വിളിക്കേണ്ട, എന്റെ ശവം കാണുകയും വേണ്ട, ഞാൻ ഒഴുകുകയയാണ്. ദൂരേയ്ക്ക്.."

"മെറൂൺ.."

കൈ കുഴയുംപോലെ എനിക്കു തോന്നി. എന്നെയാരോ താഴേക്ക് വലിച്ചെടുക്കുംപോലെ. ശ്വാസത്തിനായി ഞാനൊന്നുപിടഞ്ഞു. പിന്നെ വീണ്ടും അടിത്തട്ടിലേക്ക് ഊളിയിട്ടു. അപ്പോൾ ദൂരെയായി മെറൂൺ ഒഴു കിനീങ്ങുന്നത് കണ്ടു. എനിക്കു പിടിതരാതിരിക്കാൻ അവൾ വേഗത്തി ലാണ് നീങ്ങിക്കൊണ്ടിരുന്നത്.

ബാർകോഡ്

"**ഡാ** നീയെവിടെയാ..?"

കോർക്ക് കടിച്ചുതുറക്കുന്ന തകരസ്വരരസത്തിൽ അലക്സ് കസേ രയിൽ വളഞ്ഞിരുന്ന് ഫോണിലൂടെ അക്ഷമനായി ചോദിച്ചു. അവൻ ഒരേസമയം സിഗററ്റും ബിയർക്കുപ്പിയുടെ വായയും കടിച്ചുപിടിച്ചിരുന്നു. എന്നിട്ടാണ് ഫോണിലൂടെയുള്ള ചോദ്യം. ചോദിച്ചുകഴിഞ്ഞ ഉടനെ ഒരു വലിയ കവിൾ ബിയർ അകത്താക്കി. ആഞ്ഞുസിഗററ്റ് വലിക്കുകയും ചെയ്തു. സിരഗറ്റിന്റെ കട നനഞ്ഞുപോയിരുന്നു. അലക്സൊരു തുപ്പു തുപ്പി. വെളുത്ത വെടിയുണ്ടപോലെ അത് ഭിത്തിയിൽ ഒട്ടി.

അലക്സിന്റെ സ്വരം കുപ്പിക്കഴുത്തിലുണ്ടാക്കുന്ന സീൽക്കാരം മറ്റു ള്ളവരും കേട്ടു. തുറന്ന വായയ്ക്കു താഴെ എല്ലാവരുടെ തൊണ്ടമുഴയും അലക്സതു ചോദിക്കുമ്പോൾ ഒരേമേട്ടിൽ താഴേക്കും മുകളിലേക്കും വിറച്ചു. വല്ലാത്തൊരു ഭീതിയുടെ ഉൽക്കണ്ഠയിലായിരുന്നു അവരോരു ത്തരും. എന്നാൽ ലീലാംബരൻ മാത്രം കൂട്ടത്തിൽ ശാന്തനായി കാണ പ്പെട്ടു.

അലക്സ് അവന്റെ എപ്പോഴത്തെയും ഇരിപ്പിനും വേഷത്തിനും ചേരാത്ത വേവലാതിയോടെ അന്നേരം ചോദിക്കുന്നത് നഗരത്തിൽ അന്നെ എവിടെയോയുള്ള കിരണിനോടാണ്. മുഴുവൻ പേര് കിരൺ ശങ്കരൻ.

അവരുടെ സംഘത്തിലെ അഥവാ നഗരത്തിലെ അത്തരം ചെറുപ്പ ക്കാരുടെ, ആണുങ്ങളുടെയും പരിചയപ്പട്ടിക നിരത്തിയാൽ പേരുകളി നിയും നീണ്ടുവരും. ഒരുതരത്തിലല്ലെങ്കിൽ മറ്റൊരു തരത്തിൽ നഗര ത്തിലെ പുരുഷന്മാരെല്ലാവരും പലതരം ഏജന്റുമാരാൽ ബന്ധിക്കപ്പെട്ടി രിക്കുന്നു. പാൻകാർഡിന്, വീസയ്ക്ക്, വീടിന്, ഹോസ്റ്റലിന്, ബ്യൂട്ടി ക്ലിനി

ക്കിന്, രക്തത്തിന്, വൃക്കയ്ക്ക്, ഗർഭപാത്രത്തിന്, ഗുണ്ടയ്ക്ക്, വഴങ്ങുന്ന ആണിന്, ഉശിരുള്ള പെണ്ണിന്, പണമുള്ള ആന്റിമാർക്ക്...

കിരണിന്റെ മറുപടി അലക്‌സിന് ഉടനെ കിട്ടി.

"ഡാ ഞാനീ പതിനാറിലുണ്ട്. നീയെവിടാ..?"

അതിനു മറുപടി പറയാതെ അലക്‌സ് കൂട്ടുകാരോട് പറഞ്ഞു:

"അവൻ പതിനാറിലുണ്ടെന്ന്. അപ്പോ എഡ്ഡിനും കാണും കൂടെ."

അലക്‌സ് പിന്നെ അവരോടുതന്നെ അഭിപ്രായവും ചോദിച്ചു:

"എന്താ വേണ്ടേ..?"

"അവനോട് ചോദിക്ക്.. മറ്റവന്റെ കാര്യോം ചോദിക്ക്."

തോബിയാസ് നിർദേശിച്ചു. അലക്‌സ് അനങ്ങുന്ന തൊണ്ടമുഴക ളിലെ അസ്വസ്ഥത മനസിലാക്കി കിരണിനോട് തിരക്കി:

"ഞങ്ങള് എട്ടിലാ. പിന്നെ, നീ മറ്റേ കേസ് അറിഞ്ഞില്ലേ.. അത് പ്രശ്‌നാവൂല്ലോ ഇപ്പോ."

"ഏത് കേസ്..?"

കിരൺ ചോദിച്ചു. ചോദ്യത്തിലൂടെ കിരണിന്റെ വായിലെ മദ്യച്ച വർപ്പിന്റെ വിറ അലക്‌സറിഞ്ഞു.

"വാവൂർ കേസില്ലേ, അത് ലോക്കല് പൊലീസ് വിടാൻപോണു. ഇനി ക്രൈംബ്രാഞ്ചാ അന്വേഷണം."

ഭയത്തിന്റെ തൊണ്ടമുഴയനക്കമില്ലാതെ കിരൺ മറുപടി പറയുന്നത് അലക്‌സ് കേട്ടു. അതിങ്ങനെയായിരുന്നു.

"ആണോ.. ഓ, അവളെനിക്ക് ആ ബാംഗ്ലൂർമീറ്റ് കാരണം മിസായ മൊതലാ. പക്ഷേ ഇപ്പോ സമാധാനായി... ഊം..? നീയൊണ്ടോ..?"

"ഇല്ലെടാ. പിടിച്ചതിനെയൊക്കെ പെണ്ണ് തിരിച്ചറിഞ്ഞിട്ടുണ്ട്. നിന്റെ സ്വഭാവം വച്ചുനോക്കുമ്പം നീയാ അതിലാദ്യം വരേണ്ടത്. അതാ ചോയി ച്ചേ.."

"ഹ ഹ ഹ ഹ.. ശരിയാടാ. അവളുടെ തന്ത എന്നെ കുറേ പിരികേ റ്റീതാ.. മറ്റേ മീറ്റിങ്ങിന് ബാംഗ്ലൂര് പോകേണ്ടിവന്നതുകൊണ്ട് ഞാൻ പെട്ടില്ല. പക്ഷേ ആ ക്ഷീണം ബാംഗ്ലൂരീന്ന് ഞാൻ മാറ്റീറ്റോ."

കിരൺ പൊട്ടിച്ചിരിച്ചു. അലക്‌സ് ഫോൺ വായിൽനിന്നു മാറ്റാതെ മറ്റുള്ളവരോട് പറഞ്ഞു:

"ആ പന്നി പോയിട്ടില്ലെടാ. സമാധാനായി."

മറ്റുള്ളവരിൽ ആശ്വാസത്തിന്റെ നിശ്വാസമുയർന്നു. അവർ വീണ്ടും ബിയറിലേക്കും കനത്ത മദ്യത്തിലേക്കും കോഴിക്കാലിലേക്കും പൊരിച്ച മീൻമുട്ടയിലേക്കും മുങ്ങി. ലീലാംബരൻ ഒരു ഏങ്കോണിച്ച ചിരിയോടെ മീൻമുട്ട രണ്ടുവിരലിൽ നുള്ളി വായിലേക്കിട്ടു.

"അങ്ങനെ അവനില്ലെന്ന് ഉറപ്പായി. ഇനീപ്പം നമ്മളറിയുന്ന ആരെയാ വിളിക്കേണ്ടത്. ഇല്ല, ആരുമില്ല അല്ലേ."

അലക്‌സ് തന്നോടുതന്നെയെന്നപോലെ ചോദിച്ചു. തോബിയാസ് ആശ്വാസത്തോടെയാണെങ്കിലും മറ്റൊരു കാര്യം എടുത്തിട്ടു.

"പക്ഷേ, അവള് ഇമ്മട്ടിലൊരു ചതി കാണിക്കൂന്ന് ആരും കരുതി ക്കാണില്ലാട്ടോ. മൊബൈലില് പടമെടുത്തുവച്ചിട്ട് സിമ്മ് മാറ്റിവച്ചില്ലേ ഇത്രേം കാലം. പറ്റില്ലെങ്കീ ഇപ്പണിക്ക് എറങ്ങരുത്. വല്ല കല്യാണ്ണോം കഴിച്ച് പെറ്റ് നരകിച്ചോണം. മനുഷ്യരെ സൈ്വരം കളയാൻ.."

ലീലാംബരൻ അതുകേട്ട് ഉറക്കെ ചിരിച്ചു. തലയിൽ സ്ഥിരം പരന്ന തൊപ്പി വയ്ക്കുന്ന തടിയനായിരുന്നു ലീലാംബരൻ.

"ചിരിക്കണ്ടടാ പന്നീ. നിനക്കൊരു സ്ഥിരം സെറ്റപ്പുള്ളതിന്റെ അഹ ങ്കാരാ. ദൈവം ചോദിക്കും നിന്നോട്."

ജ്യോതിപ്രകാശ് പാതി കളിയായും പാതി കാര്യമായും പറഞ്ഞിട്ട് അവനെ നോക്കി. അപ്പോഴും ലീലാംബരൻ കുലുങ്ങിച്ചിരിച്ചു. തോബി യാസ് ചുവന്ന ബിയർ കുപ്പിയെ ആവാഹിച്ചുകമഴ്ത്തി. പിന്നെ രണ്ടു വട്ടം ഏമ്പക്കം വിട്ടു. അതും കഴിഞ്ഞ് അണ്ടിപ്പരിപ്പ് വായിലേക്കിട്ടുചവച്ചു. ചവച്ചത് പൂർത്തിയാക്കും മുമ്പ് പറഞ്ഞു:

"പണി കിട്ടിയോന്മാർക്ക് നല്ല പണിയാ കിട്ടീരിക്കുന്നത് കേട്ടോ. മുടിഞ്ഞ പത്രക്കാരാ ഇപ്പോ പ്രശ്നംണ്ടാക്കുന്നത്. ഇന്നാള് കണ്ടില്ലേ, ആ ചാനല്കാര് അവൾടെ ഇന്റർവ്യൂ കൊടുത്തത്. തല്ലിപ്പൊളികള്.."

"ഇന്റർവ്യൂ കൊടുക്കാൻ അവളാരാ കാതറിൻ സ്വീറ്റാ ജോൺസോ."

കബീർ തമാശ പൊട്ടിക്കാൻ നടത്തിയ ശ്രമം പക്ഷേ വൻവിജയ മായി. കബീറിന്റെ നല്ലനേരം എന്ന് അലക്സ് പറയുകയും ചെയ്തു.

എന്തായാലും തോബിയാസ് പറയാൻ വന്ന തെറി വേരേതോ ആണെന്ന് മറ്റുള്ളവർക്ക് തോന്നി. അവർ എല്ലാവരും അൽപ്പനേരം മൂക രായി ഇരുന്നു. ശരിക്കും പറഞ്ഞാൽ അവരൊക്കെ കുറച്ചുമുമ്പുവരെ ഭയത്തിന്റെ വല്ലാത്ത പിടിയിലായിരുന്നു.

ആഴ്ചകൾ മുമ്പുവരെ അവർക്ക് സംസാരിക്കാനുള്ള ലഹരിയായി രുന്നു വാവൂര് എന്ന ഗ്രാമത്തിലെ പതിമൂന്ന് വയസുണ്ടായിരുന്ന പെൺ കുട്ടിയും അവളുടെ പിതാവും. വാവൂര് കുറേ വടക്കുള്ള ഒരുൾനാടൻ ഗ്രാമമായിരുന്നു. പക്ഷേ മുസ്തഫ എന്ന അവളുടെ പിതാവ് അവളെയും കൊണ്ട് നേരെ വന്നത് നഗരത്തിലേക്കാണ്.

കേരളത്തിന്റെ നഗരശരീരത്തിലെ പൊക്കിൾച്ചുഴിപോലെ വിരാജി ച്ചിരുന്ന നഗരമായിരുന്നു അത്. ശരിക്കും മാദകമായ ഒരു പൊക്കിൾച്ചുഴി. ആ ചുഴി കണ്ട് അതിൽ മുത്തിയവരൊന്നും നഗരം വിട്ടിട്ടില്ല. അങ്ങനെ ഓരോ കാലത്തായി എത്തിപ്പെട്ടവരാണ് എഡ്ഡേഡും ലീലാംബരനും തോബിയാസും കബീറും ജ്യോതിപ്രകാശും അലക്സും കിരണും എല്ലാം.

പലരും പലയിടത്തുള്ളവർ. സാമാന്യം വലിയ കച്ചവടം നടത്തുന്ന വർ, സ്ഥലം വിൽപ്പന നടത്തുന്നവർ, ടെലിവിഷൻ പരിപാടികൾ തയാ റാക്കുന്നവർ, ഐ ടി കമ്പനികളിലെ ജോലിക്കാർ, നിന്നനിൽപ്പിൽ പാൻ കാർഡും റേഷൻകാർഡും ഉണ്ടാക്കിക്കൊടുക്കാമെന്ന് വെള്ളക്കടലാസില് എഴുതി മതിലായ മതിലിലെല്ലാം ഒട്ടിച്ച് നഗരത്തിലെത്തുന്ന പുതുമുഖ

ങ്ങളെയും സാവകാശമില്ലാത്ത വിവരദോഷികളെയും പറ്റിക്കുന്നവർ, വലിയ പരസ്യങ്ങൾ നിർമിച്ചുകൊടുക്കുന്നവർ.

മുസ്തഫ ആദ്യമാദ്യം നേരിട്ടായിരുന്നു ഇടപാട് എന്ന് അവരറിഞ്ഞി രുന്നു. എട്ടിലെ അരണ്ട വെളിച്ചത്തിൽവച്ച് അപ്പോൾ കൃത്യമായും അതോർമിപ്പിച്ചത് ജ്യോതിപ്രകാശാണ്.

"എടാ, ഓർക്കുന്നുണ്ടോ, നമ്മളന്ന്, ഫിഫ്റ്റീലിരിക്കുകയാണ്. അപ്പോഴാണ് പ്രൊഡ്യൂസർ സമീറിന്റെ മെസേജ് നമ്മുടെ മുത്തങ്ങ സന്തോഷിന് വരുന്നത്. ഓർമയില്ലേ. അപ്പോത്തന്നെ നമ്മള് മുസ്തഫയെ വിളിച്ചു. അങ്ങേര് പറഞ്ഞത് സത്യാണെങ്കീ അവളെ എറക്കീട്ട് മൂന്നു മാസേ ആയിട്ടുണ്ടാർന്നുള്ളൂ. ഒരു പത്തുപതിന്നാല് പേർ കേറിക്കാണും, ആദ്യം തൈവച്ച ആ തന്ത തന്നെ. പിന്നെ പ്രൊഡ്യൂസർ ജിജിയും രണ്ടാ മത് സമീറും. കൊച്ച് മെൻസസായിട്ടല്ലേ ഉണ്ടായിരുന്നുള്ളൂ. ഡാ ഓർമ യില്ലേ അങ്ങേര് പറഞ്ഞത്?"

ഉടനെതന്നെ കൈയുയർത്തി ലീലാംബരൻ അതിനെയെതിർത്തു.

"ഒരു പിശകുണ്ട്. അന്നത്തെ കള്ളുകുടി ഫിഫ്റ്റീലായിരുന്നില്ല, പ്ലസ് ട്വന്റീയിലായിരുന്നു."

വെടിപൊട്ടും മട്ടിലൊരു കൂട്ടച്ചിരി മുഴങ്ങി. അലക്സ് എണീറ്റ് ലീലാം ബരന്റെ ചുമലിൽ സ്നേഹത്തോടെ അടിച്ചു. ലീലാംബരൻ അതേ സ്നേഹത്തോടെ അടിയുടെ ചളുക്കം തന്റെ വലിയ ശരീരത്തിൽ അഭി നയിച്ചു. അതുകണ്ടും എല്ലാവരും ചിരിച്ചു. അത് ആശ്വാസത്തിന്റെ മന്ത്രച്ചിരിയായിരുന്നു. തോബിയാസ് മുളക് പൊതിഞ്ഞ ഞണ്ടിനെ വിര ലിൽ കോരി ഉയർത്തിപ്പിടിച്ചുകൊണ്ട് ലീലാംബരനെ ശരിവച്ചു.

"ലീലയ്ക്ക് ബാർ തെറ്റില്ലാട്ടോ. കുടിച്ച മദ്യോം കഴിച്ച ബാറും ലീല ജന്മത്ത് മറക്കില്ല. വേറെന്ത് തെറ്റ്യാലും ഇതിലവൻ പുലിയാ. നമ്മളന്ന് ഇരുന്നത് ഫിഫ്റ്റീലല്ല, പ്ലസ് ട്വന്റീ തന്നെയാ.."

"ശൂശ്.. ശൂശ്.."

അലക്സാണ് അങ്ങനെ ശബ്ദമുണ്ടാക്കിയത്.

"ഡാ, സ്കൂസ്മീ പറേടാ. സ്റ്റാൻഡേഡ് കളയാതെ."

ജ്യോതിപ്രകാശ് അപേക്ഷിച്ചു.

തോബിയാസ് മുളക് ചാറൂർന്നുകൊണ്ടിരുന്ന ഞണ്ടിനെ സ്വന്തം വായിലേക്കിട്ടു. പിന്നാലെ എരിവ് വലിച്ച് കുറേ വൃത്തികെട്ട ശബ്ദമു ണ്ടാക്കി. മേശപ്പുറത്തെ എല്ലാ സോഡാക്കുപ്പിയും ബിയറുകുപ്പിയും ഉയർത്തിയും മൂടിളക്കി ചരിച്ചുനോക്കിയും നിരാശപ്പെട്ടു. ആകെ ഒരു പരാക്രമം തന്നെ തോബിയാസ് അവിടെ കാഴ്ചവച്ചു.

അപ്പോഴേക്കും അലക്സ് വാതിൽക്കൽനിന്ന് ശ്രദ്ധ ക്ഷണിച്ച് പരി ചാരകനെ കൂട്ടിവന്നിരുന്നു. പരിചാരകൻ ഉത്തരവുകൾ കേൾക്കാൻ തയാറായി അൽപ്പം നടുവളച്ച് അവർക്കരികിൽ നിന്നു.

"ഡോ, ആദ്യം രണ്ട് കെ എഫ് പണ്ടാരടങ്ങാൻ എരിഞ്ഞിട്ട് വയ്യ."

തോബിയാസ് ഉറക്കെ ആവശ്യപ്പെട്ടു. അതുകേട്ടയുടനെ പരിചാര കൻ പോകാൻ തുനിഞ്ഞപ്പോൾ അലക്സിന് കലശലായ കോപം വന്നു.

"ഡോ, താനെവിടേക്കാ, ഇതിനാണോ കോപ്പിലെ വിളി മുഴുവൻ തന്നെ വിളിച്ചത്."

"ശ്ശ്... ശ്ശ്..."

കബീർ അലക്സിനെ മര്യാദയോടെ വിലക്കി. പരിചാരകൻ നന്ദി യോടെ കബീറിനെ നോക്കിയിട്ട് വീണ്ടും ക്ഷമാപൂർവം അവരുടെ നരകം പോലത്തെ മേശയ്ക്കുമേലെ കുനിഞ്ഞു. ബെയറർ കിഴക്കൻ മലയോര മേഖലയിൽനിന്നു വരുന്നവനാണെന്നും നല്ല ഭക്ഷണത്തിന്റെ കാൽസ്യ വും ഇരുമ്പും ശരീരത്തിൽ പിടിച്ചിട്ടില്ലാത്തവനാണെന്നും അവന്റെ ശരീരം വിദ്യാസമ്പന്നരായ അവരോട് പറഞ്ഞു.

അലക്സ് ഓരോരുത്തർക്കും വേണ്ടതെല്ലാം പറഞ്ഞേൽപ്പിച്ചുകൊ ടുത്തിട്ട് ഒരു പത്തിന്റെ നോട്ടും പരിചാരകന്റെ കൈയിൽ കൊടുത്തു. പിന്നെ പറഞ്ഞു:

"ബില്ലു തരുമ്പോ ബാക്കി. കേട്ടോ."

പരിചാരകൻ പോയപ്പോൾ കബീർ അഭിപ്രായപ്പെട്ടു:

"ഇവമ്മാരെ ചീത്ത പറയരുത്. നമുക്ക് തരുന്ന ഫുഡില് അവമ്മാര് തുപ്പീട്ടുകൊണ്ടുവരും. നമ്മളറിയ്യോ..?"

"ഹേയ്, അവനങ്ങനെ ചെയ്യില്ല. അവൻ ചെലപ്പോ പ്ലേറ്റീന്ന് വല്ലതും ഇസ്കി മിഴുങ്ങിയേക്കും. ചവയ്ക്കാനുള്ള നേരം കിട്ടിയാ അതും ചെയ്യും. അല്ലാണ്ട് ഫുഡിൽ തുപ്പാനുള്ള കരളുറപ്പും അഹന്തേം അവനായിട്ടില്ല. ഹ, നീയിരിക്ക് അലക്സേ."

ജ്യോതിപ്രകാശ് എല്ലാവരെയും സമാധാനിപ്പിച്ചു.

അവർ വീണ്ടും ഇരിക്കുകയും ഉച്ചത്തിൽ സംസാരിച്ചുകൊണ്ട് മദ്യ പിക്കുകയും ചെയ്തു. അവരുടെയെല്ലാം സ്വരത്തിൽ വല്ലാത്തൊരു സമാ ധാനം കൈവന്നതിന്റെ അനായാസതയുണ്ടായിരുന്നു. ആവശ്യപ്പെട്ട സാധനങ്ങളുമായി പരിചാരകൻ വീണ്ടുമെത്തി.

തന്റെ കഴുത്തിലെ ടൈ അയച്ചശേഷം ഒരു സിഗരറ്റ് കത്തിച്ചുകൊണ്ട് കബീർ വലിയ സ്നേഹത്തിൽ അയാളോട് ചോദിച്ചു:

"തന്റെ നാടെവിടാ..?"

"ചേലച്ചുവട്."

"അവിടെ നല്ല മുയലിനെ കിട്ടാനുണ്ടോ, വളർത്താനാ.."

എല്ലാം മേശപ്പുറത്തു ശ്രദ്ധയോടെ നിരത്തുന്നതിനിടയിൽ ബെയ റർ കബീറിനോട് ഭവ്യമായി പറഞ്ഞുകൊണ്ടിരുന്നു:

"ഇല്ല സാർ, മുമ്പൊക്കെ ഉണ്ടായിരുന്നു. ഞങ്ങടെ വീട്ടിലും ഉണ്ടാ യിരുന്നു. ഇപ്പോ എവിടെക്കിട്ടാന.. മുയലൊക്കെ നാട്ടീന്ന് പോയമട്ടാ.. സർ വേറെന്തെങ്കിലും..?"

"എന്ത്. മൊയലിന് പകരായിട്ടോ. എന്നാ ഒരു പെങ്കൊച്ചായിക്കോട്ടെ. എന്തേ, വളർത്താലോ..?"

മേശയ്ക്കു ചുറ്റിനുമായി കാലമാടന്മാരുടെ അട്ടഹാസം മുഴങ്ങി. ലീലാംബരൻ അപ്പോഴും ചിരിച്ചില്ല. എങ്കിലും അയാൾ പരിചാരകന്റെ ഭാവം ശ്രദ്ധിക്കുന്നുണ്ടായിരുന്നു.

"അതല്ല സാർ. ഓർഡർ.."

വിളമ്പുപണിയെടുക്കുന്ന ആ സാധു മനുഷ്യൻ അവർക്കു മുന്നിൽ വിക്കി.

"വേണ്ട, ഇടയ്ക്ക് തന്റെ കണ്ണിങ്ങോട്ട് ഉണ്ടായാമതി."

കബീർ സമാധാനിപ്പിച്ചു. ബെയറർ പോയപ്പോൾ കബീർ സമാധാനത്തോടെ പറഞ്ഞു:

"അവൻ പെറുക്കിത്തിന്നിട്ടില്ല. ഒണ്ടെങ്കീ ഇത്രേം നേരം മിണ്ടുമ്പം എരിവ് വലിച്ചേനെ."

എല്ലാവരും വീണ്ടും അട്ടഹസിച്ചുചിരിച്ചു. അവരുടെയൊക്കെ തലയിൽ മദ്യം സാമാന്യം വേഗത്തിൽ സഞ്ചാരം തുടങ്ങിക്കഴിഞ്ഞിരുന്നു. ഭാരമുള്ള ഒരു വിമാനം ഓട്ടപ്പാതയിലൂടെ പതിയെ ഉരുണ്ട് ആകാശത്തേക്ക് കുത്തനെ കയറുംപോലെ അവരിലൂടെ ലഹരി നുരഞ്ഞുകയറി. തോബിയാസ് കുഴഞ്ഞ നാവോടെ പറഞ്ഞു:

"വാവൂര് കേസ് വന്നതോടെ ഞാനൊരു കാര്യം ഒറപ്പിച്ചു. ചെറ്യ പെമ്പിള്ളാരേം കൊണ്ട് തന്താരും തള്ളാരും വരുമ്പോ നമ്മള് വീഴരുത്. ഒന്നുകീ പെങ്കൊച്ചുങ്ങള് നിവൃത്തിയില്ലാണ്ട് വരുന്നതാവും, തരം കിട്ടിയാ അവര് തനിനിറം കാട്ടും. നമ്മള് അകത്താവും. അല്ലങ്കീ നാട്ടാരോ പൊലീസോ പൊക്കും. പൊക്കിയാപ്പിന്നെ ഊരാൻ പാടാ. മൈനറായാ അതാ പ്രശ്നം. കേരളത്തില് വിശ്വസിക്കാമ്പറ്റില്ല. നമ്മക്ക് പൊറത്തു പോകാല്ലോ, ബാംഗ്ലൂരോ മൈസൂരോ കോയമ്പത്തൂരോ ചെന്നാപ്പോരെ, കിട്ടില്ലേ എത്രവേണംങ്കിലും. പക്ഷേ എവിട്യായാലും മലയാളി ആണെ കീ ഒഴിവാക്കുവാ മോനേ ബുദ്ധി. അത് തന്ത കൊണ്ടന്നാലും തള്ള കൊണ്ടന്നാലും."

"തോബി പറഞ്ഞത് നേരാ.."

സമ്മതിച്ചത് ജ്യോതിപ്രകാശാണ്. അവനും നാവ് കുഴഞ്ഞുതുടങ്ങിയിരുന്നു. കൂന്തളിന്റെ പ്ലേറ്റില് പിന്നെയും പിന്നെയും തോണ്ടുകയായിരുന്നു കബീർ. കബീർ തലകുലുക്കി. അലക്സ് സോഡാക്കുപ്പികൾ പിന്നെയും പൊക്കിനോക്കി. ലീലാംബരൻ പതിവുപോലെ മദ്യത്തെ ധ്യാനിച്ച് കസേരയിൽ പിന്നാക്കം ചാഞ്ഞിരിക്കുകയായിരുന്നു.

"ഹൂശ്, എന്തായാലും സമാധാനായി. ഒരാഴ്ചയായിട്ട് എന്തൊരു തീയായിരുന്നെടാ. ഇനി കിട്ടിയവന്മാര് കസ്റ്റഡീല് വച്ച് നമ്മുടേക്കെ പേര് പറയുവോ.. ഒരു കമ്പനി ഇരിക്കട്ടെ എന്നുകരുതി. ഇപ്പോ പൊക്കിയ ആ വക്കീലും പിന്നെ ആർക്കിടെക്റ്റുമില്ലേ, നമ്പർ വൺ കോഗ്യോളാ.. അവന്മാർക്കര്യാം സിറ്റീല് ആരൊക്കെയാ സ്ഥിരം പാർട്ടീസെന്ന്."

ഒരു നടുക്കം എല്ലാവരിലും പടർന്നു. വീണ്ടും സോഡയ്ക്കും ബിയറിനും ചിലർ പരതി. അപ്പോൾ അവരെ സമാധാനിപ്പിച്ചത് ലീലാംബരനാണ്.

"ഒന്നുപോടാ തെണ്ടേ്യാളേ.. ഇതെന്താ ചുമ്മാ പിടിച്ച് ആളെപ്പൂട്ടാൻ പറ്റണ കേസാ? തെളിവുവേണ്ടേ.. പെണ്ണ് സമ്മതിക്കണ്ടേ.. തിരിച്ചറിയൽ പരേഡില്ലേ.. അത് വിട്. ആ കാട ഇങ്ങ് നീക്ക്യേ.."

എല്ലാവരും പഴയപടി ഇരുന്നു. ചതുരത്തിലുള്ള ചാരപ്പാത്രം നിറ ഞ്ഞുകഴിഞ്ഞിരുന്നു. മേശപ്പുറം നിറയെ സിഗരറ്റ് കൂടുകളും കുപ്പികളും പാത്രങ്ങളുമായിരുന്നു.

"ഡോ.."

അസഹ്യനായ അലക്സ് സാമാന്യം ഉച്ചത്തിൽ അലറി. മദ്യശാല യിലെ മറ്റ് മുറികളുടെ ശബ്ദത്തിൽ അതും ചേർന്നുപോയി.

"എന്താ വേണ്ടേ..?"

തോബിയാസ് ചോദിച്ചു.

"ഈ പാത്രങ്ങള് മാറ്റണ്ടേ.. ഇതെന്താ എച്ചിൽക്കൂനയോ. അവനിനി അഞ്ചിന്റെ പൈസ കൊടുക്കില്ല. പന്നി."

അലക്സ് സോഡാക്കുപ്പിയെടുത്ത് ഉയർത്തിപ്പിടിച്ചു. അതെറിയാ നാണ് ഭാവമെന്നു വ്യക്തമായിരുന്നു. പെട്ടെന്ന് ജ്യോതിപ്രകാശ് തടസ്സം പിടിച്ചുകൊണ്ട് പറഞ്ഞു:

"ഹ, ഒരു സോഫ്റ്റ്വെയർ എഞ്ചിനീയർ ഇത്ര തൊട്ടിയാവരുത്."

അതുകേട്ടതും ലീലാംബരനാണ് അവന്റെ ഉറച്ചയിരിപ്പിൽ നിന്നില കിയത്. അയാൾ എണീറ്റു. നല്ല ഉയരമുണ്ടായിരുന്നു ലീലാംബരന്. ചുറ്റിനും നോക്കിക്കൊണ്ട് കലികയറിയ വിറയലോടെ ലീലാംബരൻ ചോദിച്ചു:

"വെള്ളമടിച്ചാ എല്ലാനും തൊട്ടിയാടാ. തൊട്ടിയാവാത്ത തെണ്ടേ്യാള് കൊറച്ചേയുള്ളൂ. ആർക്കാ സംശയം..?"

അതിനു സമാധാനം പറയാതെ അലക്സിന്റെ കൈയിൽനിന്ന് ജ്യോതിപ്രകാശ് സോഡാക്കുപ്പി വാങ്ങി മേശപ്പുറത്തുവയ്ക്കുകയും അല ക്സിനെ ബലമായി പിടിച്ചിരുത്തുകയും ചെയ്തു. അപ്പോഴും ലീലാം ബരന്റെ കലിയടങ്ങിയിട്ടില്ലെന്ന് മറ്റുള്ളവർക്ക് മനസിലായി. അതു ശരി യായിരുന്നു. ലീലാംബരൻ എല്ലാവരെയും തുറിച്ചുനോക്കി.

"മൊല മൊളയ്ക്കാത്ത കൊച്ചിനെ കിട്ടുമെന്നു കണ്ടപ്പോ ആർത്തി പിടിച്ച നീയൊക്കെയാ തൊട്ടിത്തരത്തെപ്പറ്റി പറയുന്നത്. ഒരു തേപ്പു വച്ചു തന്നാലൊണ്ടല്ലോ, മോന്തയ്ക്ക് പിന്നെ പ്ലാസ്റ്റിക് സർജറി നടത്തേണ്ടി വരും."

ലീലാംബരനെ ആരും തടഞ്ഞില്ല. അത് അയാളുടെ തടിച്ച ശരീരം കണ്ട് ഭയന്നിട്ടായിരുന്നില്ല. അയാളൊരു വ്യത്യസ്തനായിരുന്നു.

കൂട്ടത്തിലിരുന്നാലും തനിക്കുമാത്രമായി ഒരു മുഴുക്കുപ്പി മദ്യം വാങ്ങി കഴിക്കുന്നതായിരുന്നു ലീലാംബരന്റെ ശൈലി. അയാൾ മറ്റുള്ളവരുടെ മദ്യം പങ്കിടുകയോ തന്റെ മദ്യം ആർക്കെങ്കിലും കൊടുക്കുകയോ ചെയ്യാ റുണ്ടായിരുന്നില്ല. അതൊരു കീഴ്‌വഴക്കവും അച്ചടക്കവുമായിരുന്നു. എല്ലാ ക്കാര്യങ്ങളിലും അത്തരമൊരു രീതി അയാൾക്കുണ്ടായിരുന്നു.

അതേ ചിട്ടയാണ് പങ്കാളിയുടെ കാര്യത്തിലും അയാൾക്കുള്ളത്. വർഷങ്ങൾക്കുമുമ്പ് വിവാഹമോചിതയായ നഗരത്തിലെ ഒരു സ്ത്രീയായിരുന്നു അത്. സൽമ എന്ന ആ കാമുകിയിലേക്കുമാത്രമായിരുന്നു ലീലാംബരന്റെ രതിയാത്രകൾ. അക്കാര്യത്തിൽ അവർക്കാർക്കും സംശയമുണ്ടായിരുന്നില്ല. കഴിഞ്ഞ ഏഴുവർഷമായി അവരിൽ പലരുമത് കാണുന്നു. അറിയുന്നു. അസൂയപ്പെടുന്നു. രാത്രിയിലെ സമയമെടുത്തു കഴിക്കുന്ന ഒരു മുഴുക്കുപ്പി മദ്യത്തിനുശേഷം പകലിൽ അയാൾ ഇട വിട്ടു മോന്തുന്ന സംഭാരം ലീലാംബരന്റെ ഓഫീസിലേക്കു കൊടുത്തയക്കുന്നത് സൽമയാണ്. ഒരു പകലിലെ മോരുകുടിയിൽ ശുദ്ധനായി ലീലാംബരൻ വീണ്ടും വൈകുന്നേരങ്ങളിൽ അമ്പതിലോ എട്ടിലോ എത്തുന്നു. പഴയ സന്യാസിയുടെ പേരിലുള്ള മുഴുക്കുപ്പിയുടെ കഴുത്തിൽ പിടിച്ചുകൊണ്ട് മദ്യോപയോഗം ആരംഭിക്കുന്നു.

കിരണിന്റെ കണ്ടുപിടിത്തത്തിൽ ലീലാംബരന്റെ കാമുകിയാണ് ലോകത്തുള്ള മുഴുവൻ പെണ്ണുങ്ങളുടെയും പാസ്‌വേഡ്.

എല്ലാവരെയും നോക്കിയിട്ട് ലീലാംബരൻ തന്റെ കസേരയിലിരുന്നു. അയാൾ തന്റെ കുപ്പിയും ചില്ലുപാത്രവും അരികിലേക്കുവെച്ചു. എല്ലാവരും അയാളുന്നയിച്ച ചോദ്യത്തെ അംഗീകരിച്ചമട്ടായിരുന്നു.

ആ സമയം അലക്സിന്റെ സെൽഫോൺ വീണ്ടും സംഗീതശബ്ദ മുണ്ടാക്കി. ചുറ്റിനുമിരുന്നവർ അവനെ നോക്കി. കാർഗോ പാന്റിന്റെ കീശകൾ മുഴുവൻ പരതി അലക്സ് തന്റെ ഫോൺ കണ്ടെത്തി. ബാറിലെ അരണ്ട വെട്ടത്തിൽ വെട്ടിത്തിളങ്ങുന്ന ഫോൺ മുഖം നോക്കി അലക്സ് പറഞ്ഞു:

"ശ്ശ്..കിരണാണ്.നോക്കട്ടെ."

എന്നിട്ട് ചോദിച്ചു:

"മച്ചൂ, ഞങ്ങള് എട്ടീത്തന്നെയാ... നമ്മടെ ലീലയുണ്ട്. വരുന്നോ..?"

എന്നാൽ പരിഭ്രാന്തിയുടെ അങ്ങേയറ്റത്തെ സ്വരത്തിൽ കിരൺ അവിടെനിന്ന് അറിയിച്ചു:

"അലക്സേ. കുടുങ്ങീടാ.."

വിറയാർന്ന സ്വരത്തിൽ കിരൺ അപ്പുറത്തുനിന്നു പറയുന്നത് ബാറിലെ ആ നാനാജാതി അലവലാതി ശബ്ദങ്ങൾക്കിടിയിലും അലക്സ് വ്യക്തമായും കേട്ടു. അലക്സിന്റെ കാലിലൂടെ ഒരു തരിപ്പ് കേറി. പെട്ടന്നുതന്നെ അത് തലയിലേക്കെത്തി. തലയിലൂടെ പൊയ്ക്കൊണ്ടിരുന്ന വിമാനം ഉലയുന്നത് അലക്സറിഞ്ഞു.

"എന്താടാ, എന്താ പ്രശ്നം..?"

അലക്സ് 'പ്രശ്നം' എന്ന വാക്കുപയോഗിച്ചപ്പോൾ ആ മേശയ്ക്കു ചുറ്റുമിരുന്നവരും വളരെ പെട്ടെന്ന് നിശ്ശബ്ദരായി. എല്ലാവരും അലക്സിനെ നോക്കി. ലീലാംബരൻ അവസാനത്തെ പെഗ്ഗും ഗ്ലാസിലേക്ക് പകർന്നു.

"ഗുരുവുണ്ടെടാ അതില്.."

കിരൺ കരച്ചിൽ പോലുള്ള പരിഭ്രമസ്വരത്തിൽ ഉറക്കെ പറഞ്ഞു.

"ആര്, ആരാടാ.. കോപ്പേ..?"

അലക്സും അങ്ങേയറ്റം പരിഭ്രാന്തനായി. ചുറ്റിനുമിരുന്നവരിൽ ചിലർ എഴുന്നേറ്റു.

"എന്റെ മെഡിറ്റേഷൻ ഗുരു, ഉണ്ണിരാമൻ."

"ഉണ്ണിരാമനോ..? അയ്യോ.."

അലക്സ് അറിയാതെ ഉറക്കെ ചോദിച്ചുപോയി. അതു കേട്ടനിമിഷം ലീലാംബരൻ മേശയുലച്ച് ചാടിയെഴുന്നേറ്റു.

"ഹാര്, സ്വാമിയോ..?"

ലീലാംബരൻ വല്ലാത്തൊരു സ്വരത്തിൽ ചോദിച്ചു. ആരും മറുപടി പറഞ്ഞില്ല. എല്ലാവരും അലക്സിന്റെ പ്രതികരണത്തിന് കാത്തുനിൽക്കു കയായിരുന്നു.

"വാവൂർകേസിൽ കന്യാകുമാരി ഗസ്റ്റ്ഹൗസിലെ സംശയിക്കപ്പെ ടുന്ന ആളതാണെന്ന് ഉറപ്പായെന്ന്.."

അലക്സ് വൃക്തമാക്കിയതോടെ ലീലാംബരൻ ഒറ്റവലിക്ക് തന്റെ ഗ്ലാസ് തീർത്തു. പതിനഞ്ച് മിനിട്ട് ഇടവിട്ട് ഒൻപത് സിപ്പിൽ ഒരു പെഗ്ഗ് മദ്യം എന്നതായിരുന്നു ലീലാംബരന്റെ കണക്ക്. അപ്രതീക്ഷിതമായ ആ ഭാവമാറ്റം എന്തുകൊണ്ടാണെന്നും എന്തിനാണെന്നും അവർക്കാർക്കും മനസിലായില്ല.

"എന്താടാ, എന്താ പ്രശ്നം..?"

അലക്സ് പതിയെ അവനോട് അടുത്തുകൊണ്ട് ചോദിച്ചു. അതിനു മറുപടി പറയാതെ ലീലാംബരൻ തന്റെ സെൽഫോണെടുത്ത് ഏതോ നമ്പർ അമർത്തി കാതിൽ വച്ചു. വാറ്റുമദ്യം കുടിച്ചവന്റെ ചുവന്ന മുഖ മായിരുന്നു അപ്പോൾ ലീലാംബരൻ.

"ഞാ, സ്വാമീ, ലീലയാ. ന്യൂസറിഞ്ഞു. ഇപ്പോ എവിടെയാ..?"

പരമശാന്തനായിട്ടാണ് ലീലാംബരൻ അങ്ങനെ ചോദിച്ചത്. എന്നാൽ തൊട്ടുമുമ്പത്തെ അയാളുടെ ഭാവം കണ്ടിട്ടുള്ള ആരും ലീലാംബരന്റെ അപ്പോഴത്തെ ശാന്തത കണ്ടാൽ വിരണ്ടുപോകുമായിരുന്നു. സ്വരത്തിൽ മാത്രമേ തണുപ്പുണ്ടായിരുന്നുള്ളൂ. മുഖം ചുളപോലെ പഴുത്തിരുന്നു.

"മൈനസ് ടെന്നിൽ."

മറുവശത്ത് ഉണ്ണിരാമൻ സ്വകാര്യം പോലെ പറഞ്ഞു.

"ശരി. ഞാനിപ്പോ വരാം."

ലീലാംബരൻ കസേര നിരക്കി മുന്നോട്ടുനീങ്ങി.

സ്വാമി എന്ന് ലീലാംബരനെപ്പോലെയുള്ള ചിലർ വിളിക്കുന്ന കെ ഉണ്ണിരാമൻ അവരിൽ പലർക്കും പരിചിതനാണ്. നഗരത്തിലെ കേൾവി കേട്ടുവരുന്ന യുവ ആത്മീയപ്രഭാഷകരിൽ ഒരാൾ. വരുംകാല തിരഞ്ഞെ ടുപ്പുകളിൽ ഒരു ഹിന്ദുകാർഡ് പ്രയോഗിച്ചേക്കാൻ സാധ്യതയുള്ളയാൾ. അവർക്ക് വിവരം കൊടുത്ത കിരണാവട്ടെ വർഷങ്ങളായി ഉണ്ണിരാമന്റെ യോഗാശിഷ്യനും. കിരണിലൂടെയാണ് അലക്സിനും തോബിയാസിനും

അയാളെ പരിചയം. ഉണ്ണിരാമൻ നഗരത്തിൽ വന്നകാലം മുതൽ ലീലാം ബരന് അദ്ദേഹത്തെ പരിചയമുണ്ടെന്നും അവർക്കറിയാമായിരുന്നു.

"അത് ചത്യാവും. അദ്ദേഹമൊക്കെ ഇങ്ങനെ പോക്കോ!"

ജ്യോതിപ്രകാശ് സംശയം പ്രകടിപ്പിച്ചു.

"എന്തേ പോകാമ്പറ്റാത്തത്? പോയിട്ടുണ്ടാവും. പെണ്ണിന്റെ തന്തേടെ നേരിട്ടുള്ള എടപാടല്ലേ. അപ്പോ വിശ്വസിച്ചിട്ടുണ്ടാവും."

"പക്ഷേ, ലീല ഓടീതെന്തിനാണ്?"

"രക്ഷിക്കാൻ. അവന്റെ ഹിന്ദുരക്തം തെളച്ചിട്ടുണ്ടാവില്ലേ."

അലക്സ് ആലോചനയോടെ പറഞ്ഞു.

നഗരത്തിലെ ഉർവ്വശി ബാറാണ് മൈനസ് പത്ത്. എട്ട് എന്നത് കട ലോരവഴിക്കരികിലുള്ള ജെ കെ ബാറും. അമ്പത് എന്നാൽ ഹോട്ടൽ ഇന്റർനാഷണൽ. നഗരത്തിലെ ബാറുകൾക്ക് വെറുതെ ഒരു നേരമ്പോ ക്കിന് ഏതോ തലേക്കല്ലിനിട്ട കോഡുകളായിരുന്നു അതെല്ലാം. ഇന്നിപ്പോ വീട്ടിലായാലും തൊഴിലിടത്തായാലും പല ചെറുപ്പക്കാരുടെയും രഹ സ്യഭാഷയായി അത് മാറിയിട്ടുണ്ട്. ആ ബാർകോഡുകളാണ് അലക്സും സംഘവും ഉപയോഗിച്ചിരുന്നതും.

ലീലാംബരൻ പോയത് മൈനസ് പത്ത് എന്ന ഉർവ്വശിയുടെ നില വറയിലേക്കാണ്.

അയാൾക്ക് നഗരത്തിലെ മധുശാലകളെല്ലാം വളരെ പരിചിതമായി രുന്നു. അയാൾ കൃത്യമായും ആറാം അക്കം പതിച്ച മുറിയുടെ വാതി ലിൽ മുട്ടി.

മുറിയിലെ കട്ടിലിൽ ഇരിക്കുകയായിരുന്ന ഉണ്ണിരാമൻ ആശ്വാസ ത്തോടെ തന്നെനോക്കി ചിരിക്കാൻ ശ്രമിക്കുന്നത് ലീലാംബരൻ കണ്ടു. ഉണ്ണിരാമൻ അനുയായികളെ ഒഴിവാക്കി ധൃതിയിൽ അയാളോട് പറഞ്ഞു:

"തന്നെ ഞാൻ വിളിക്കാൻ തൊടങ്ങ്വായിരുന്നു. ഒരമളി പറ്റി. ഇനീ പ്പോ അത് പറേണ്ടല്ലോ. ഹോം മിനിസ്റ്ററുടെ സെക്രട്ടറീമായി നിന്നക്കെ ന്തോ അടുപ്പ്ല്യേ.. ഒന്നുവിളിക്ക്.."

"വിളിക്കാം. സ്വാമി പരിഭ്രമിക്കാതിരിക്കൂ.."

ഉണ്ണിരാമനടുത്തേക്ക് ചെന്ന് ലീലാംബരൻ അയാളുടെ വലം കൈ ത്തണ്ട പിടിച്ചുനോക്കി. കുറേ ചരടുകളുണ്ടായിരുന്നു അതിൽ. ഉണ്ണി രാമന് ഒന്നും മനസിലായില്ല.

"ഇതേത് അമ്പലത്തിലെയാ സ്വാമീ..?"

ശാന്തനായി ലീലാംബരൻ ചോദിച്ചു.

"അത്.. ശ്രീപത്മനാഭസ്വാമീടെണ്ട്, ആറ്റുകാലമ്മേടെണ്ട്, തൃച്ചട്ടാം കാവമ്മേടെയുണ്ട്.. എന്താ ലീലാംബരാ, നീ അയാളെയൊന്നു വിളിക്കൂ."

ലീലാംബരൻ ഉണ്ണിരാമന്റെ മുഖത്തേക്ക് നോക്കി. കാവി സിൽ ക്കിന്റെ മുണ്ടും തൂവെള്ള സിൽക്ക് കുർത്തയുമാണ് ഉണ്ണിരാമന്റെ വേഷം. നെറ്റി നിറയെ വിഭൂതിയും ചുവപ്പും മഞ്ഞയും കരിക്കുറിയും. കൈയിൽ ജപിച്ച ചരടുകളും മന്ത്രിച്ച തകിട് കെട്ടിയ ഏലസുകളും.

ശാന്തനായി കാണപ്പെട്ടിരുന്ന ലീലാംബരൻ അടുത്തനിമിഷം കൈനിവർത്തി ഉണ്ണിരാമന്റെ ഇടത്തേ ചെകിട്ടത്തടിച്ചു. താൻ തല്ലിയത് എന്തിനാണെന്ന് അയാൾക്ക് മനസിലായില്ലെന്ന് വ്യക്തമായപ്പോൾ ലീലാംബരൻ ഒന്നുകൂടി അയാളുടെ മുഖത്തടിച്ചു. പിന്നെ പട്ടുതുണി യുടെ കുപ്പായത്തിൽ ഉലച്ചുകൊണ്ട് പറഞ്ഞു:

"കഴിഞ്ഞ ചലച്ചിത്രോത്സവത്തിന് എന്നേം സൽമേനേം ഒന്നിച്ചു കണ്ട്പ്പോ മൂത്രപ്പുരേൽക്ക് വിളിച്ചുമാറ്റി നീയെന്നെ ഉപദേശിച്ചത് ഞാൻ മറന്നിട്ടില്ല."

ഉണ്ണിരാമന്റെ നെറ്റിയിലൂടെ വിയർപ്പൊഴുകി.

"നമ്മുടെ ഹിന്ദുക്കളിൽ ഒരുത്തിയെ കിട്ടാനില്ലാത്തോണ്ടാണോ മുസ്ലീം പെണ്ണിനെ വച്ചോണ്ടിരിക്കുന്നതെന്ന് നീ ചോദിച്ച ആ നിമിഷം അറയ്ക്കാൻ തുടങ്ങീതാ നിന്നെ."

ഉണ്ണിരാമൻ രക്തം വറ്റിയ മുഖത്തോടെ ദയനീയമായി അയാളെ നോക്കി. അയാൾക്ക് ശബ്ദം നഷ്ടപ്പെട്ടുപോയിരുന്നു. ലീലാംബരൻ നിർദയം അയാളെ കിടക്കയിലേക്ക് തള്ളിയിട്ടു. പിന്നെ നാവുവടിച്ചെടുത്ത് ഉണ്ണിരാമന്റെ നേരെ പരുഷമായി തുപ്പി. കുടിച്ച മദ്യത്തിന്റെ വിഷാംശവും തിന്ന ജീവികളുടെ ഉച്ഛിഷ്ടങ്ങളും ഉള്ളിലെ പുച്ഛത്തിന്റെയും രോഷത്തി ന്റെയും മുള്ളുകളും നിറഞ്ഞ തുപ്പൽ ദൈവസങ്കൽപ്പങ്ങളെ ചരടിൽ ബന്ധിച്ച കൈത്തണ്ടകൊണ്ട് സ്വന്തം മുഖത്തുനിന്ന് ഉണ്ണിരാമൻ വടി ച്ചുമാറ്റി.

ലീലാംബരൻ പുറത്തേക്ക് വരുമ്പോൾ അലക്സും സംഘവും പടി കളിറങ്ങി ധൃതിയിൽ അവിടേക്ക് വരികയായിരുന്നു. ലീലാംബരനെ കണ്ടതേ തോബിയാസ് വിളിച്ചു ചോദിച്ചു:

"സ്വാമിയെവിടെ.. നീയവനെ കൊന്നോ..?"

ലീലാംബരൻ പറഞ്ഞു:

"ഇല്ല. പക്ഷേ അവൻ മരിച്ചുകൊണ്ടിരിക്കുകയാണ്."

മാംസഭുക്കുകൾ

നഗരത്തിലെയും പരിസരഗ്രാമങ്ങളിലെയും വീടുകളിൽ കഴുകന്മാർ പാർക്കുന്നുണ്ടെന്ന് പുറംലോകമറിഞ്ഞത് അടുത്തിടെയാണ്. ചാനലു കൾ രണ്ടുദിവസം ആഘോഷിച്ച വാർത്തതന്നെയായിരുന്നു അത്. പത്ര ങ്ങളും പ്രത്യേകപേജുകളിൽ ചിത്രം സഹിതം വാർത്ത വിതറി. കഴുക ന്മാരിലൊരാൾ പ്രത്യക്ഷപ്പെട്ടത് സ്റ്റേഡിയംറോഡിലെ സിറിലിന്റെയും സാറയുടെയും വീട്ടിലാണ്. ഒന്നരമാസം മുമ്പായിരുന്നു അത്.

കിടപ്പുമുറിയിലെ കൊതുകുവല നീക്കി പുറത്തേക്കു കാൽവച്ച സാറ കണ്ണടയ്ക്കൊപ്പം നിലത്തുവച്ചിരുന്ന ഫോണെടുത്ത് മുടിയൊ തുക്കി പതിവുപോലെ ചെവിയിലേക്ക് ചേർത്തു. എന്നിട്ടാണ് മുറി വിട്ടു നീങ്ങിയത്. അങ്ങനെയാണ് പതിവ്.

"ഗുഡ്മോണിങ്ങ് പപ്പ.."

"ഗുഡ്മോണിങ്ങ് മോളേ..നീയിന്ന് അഞ്ച് മിനുട്ട് നേരത്തെയാണണല്ലോ. ഞാൻ നടത്തം കഴിഞ്ഞ് വന്ന് ഷൂലേസിൽ കൈവച്ചു. അത്രേയുള്ളൂ.."

"എന്നാ ശരി. ഷൂസഴിച്ച് തെയ്യാമ്മച്ചേട്ടത്തിയുടെ മധുരമില്ലാത്ത കാപ്പി കുടിച്ചോ."

ഷൂസിലേക്കു കുനിയുന്ന പപ്പയുടെ തൊണ്ടയിൽ നിന്നുണ്ടായ ഞരക്കം കേട്ടുകൊണ്ട് സാറ ഫോൺ വച്ചു. സാറയുടെ ഭർത്താവിന്റെ പപ്പ എന്തുചെയ്യുമ്പോഴും ആയാസം കിട്ടുന്നതിനായി ഒരു ഞരക്കമു ണ്ടാക്കും. ചെറുപ്പത്തിലും അങ്ങനെതന്നെയായിരുന്നു എന്നാണ് അവ ളുടെ കേൾവി. പിന്നീട് കിടപ്പുമുറിയിലേക്കൊന്ന് നോക്കി, സാറ ഫോണിൽ സ്പീഡ് ഡയലിന്റെ നമ്പർ 7 അമർത്തി. അത് കാത്തിരുന്ന പോലെ വിവേക് അപ്പുറത്ത് ഫോണെടുത്തു.

"ചക്കരേ.. ഊൗംംംമ്മ.."

വിവേക് മന്ത്രിക്കുംപോലെ പറഞ്ഞു. സാറ അതിൽ ഉലഞ്ഞുപോയി. അവളൊന്ന് തളർന്ന് ഫോണിന്റെ വായഭാഗത്തിലൂടെ നിശ്വാസമയച്ചു. തന്നെ കൊല്ലുന്ന നിശ്വാസം എന്ന് വിവേക് ഇടയ്ക്കിടെ പറയാറുള്ള അതേ കാറ്റുതും നാദം. കേട്ടതിലലിഞ്ഞെങ്കിലും അവളൊരു കൊളുത്ത് എറിഞ്ഞു.

"എന്താ ഒരു ഉഷാറില്ലാതെ. കാലത്തൊന്ന് മുട്ടിയ മട്ടുണ്ടല്ലോ."

"ഹേയ്.."

വിവേക് ഉഴപ്പിച്ചിരിയിൽ മറ്റൊരുവിഷയം സംസാരിക്കാനായി പരതി. പക്ഷേ സാറ വിട്ടില്ല.

"ആ ഹേയിൽ എല്ലാമുണ്ട് മോനേ.. നീയല്ലേ അള്.. സത്യം പറ.."

വിവേക് സത്യം പറയാൻ നിർബന്ധിതനായി.

"അത് പിന്നെ... തോണ്ടുമ്പോ കൈ തട്ടുന്നതെങ്ങനാടീ.."

സാറ പരിസരം മറന്ന് വിഷാദിയായി. അവൾ സിറിലിനെ വിസ്മ രിച്ചു. പുലർകാലത്തെ മറന്നു. സാറ ദുഃഖിതയായി പരിഭവം പറഞ്ഞു:

"എന്നെയല്ലേ നിനക്ക് വേണ്ടാത്തേ.. കൊടുത്തോ എല്ലാം അവിടെ കൊടുത്തോ.. ഞാൻ ഭാര്യയല്ലല്ലോ."

ആ നിമിഷമാണ് ആകാശത്ത് ചിറകടി മുഴങ്ങിയത്. സാറയ്ക്ക് മന സിലായില്ല. വിവേക് പറഞ്ഞു:

"സോറി കുട്ടാ.. സിറ്റീൽ സിറിലുള്ളപ്പോ വരാനെനിക്ക് മടിയാ.. ഒന്നു മല്ലെങ്കിലും ഞങ്ങള് പ്രീ സ്കൂള് മുതല് ഒന്നിച്ചല്ലേ. നീ ക്ഷമിക്ക്.."

സാറയ്ക്ക് കരച്ചിൽ വന്നു. അവൾ തേങ്ങിപ്പോയി.

"എന്നുവരും.. അതുപറ.. എനിക്കു കാണണം."

"വരാം."

"എന്ന്..?"

"വരാമെടാ കുട്ടാ.."

"പട്ടീ.. നിനക്ക് സ്നേഹമെന്താന്നറിയില്ല."

സാറ അമർത്തിപ്പിടിച്ച ഒച്ചയിൽ പല്ലിറുമ്മലോടെ പുലമ്പി. പിന്നെ ഫോൺ വച്ചു. അവൾ തിരിയുമ്പോൾ പിന്നിലേക്ക് സിറിൽ ഉണർന്നുവ രുന്നുണ്ടായിരുന്നു. അവളൊന്ന് നടുങ്ങി. ആ നേരത്ത് സിറിൽ ഉണരുന്ന പതിവില്ലാത്തതാണ്.

"പപ്പ ഇന്നെന്തുപറഞ്ഞു."

സിറിൽ ചോദിച്ചു.

"ഒന്നും പറയണ്ട. ഇപ്പോഴാ ഓട്ടം കഴിഞ്ഞ് വന്നത്. ഈയിടെയായി പപ്പ ഭയങ്കര ഉഴപ്പാ.. സിറിലിന് യാതൊരു ശ്രദ്ധയുമില്ലല്ലോ.. മരുമകളാ യിട്ടല്ല, മകളായിട്ടാ ഞാൻ പപ്പയെ നോക്കുന്നത്."

സിറിൽ അവളെ പതിയെ തന്നോട് ചേർത്തുപിടിച്ചു. അപ്പോൾ അവൾക്ക് വിവേകിനോട് വെറുപ്പുതോന്നുകയും സിറിലിനോട് ഇഷ്ടം കൂടുകയും ചെയ്തു. അൽപ്പനേരം കഴിഞ്ഞാൽ അത് പഴയപടിയാകു മെന്ന് അവൾക്ക് അനുഭവംകൊണ്ട് അറിയാം.

"ചെറുപ്പം തൊട്ടേ ഞരങ്ങും മൂള്ളേം ചെയ്യുമെങ്കിലും പപ്പയ്ക്കി പ്പോഴും നല്ല ആരോഗ്യാടീ."

സിറിൽ അവളെ പതിയെ അമർത്തി. ആ അമർത്തലിൽ അവൾ സഹകരിക്കുകയാണെങ്കിൽ ഒന്നു കിടപ്പുമുറിവരെ പോയി ഇഷ്ടം കൂടി വരാമെന്ന് അയാൾക്കുണ്ടായിരുന്നു. സാറ അതിനെ പ്രോത്സാഹിപ്പിച്ചില്ല. അവൾ പിടിവിടുവിച്ച് ഫോൺ ഉടുപ്പിന്റെ പോക്കറ്റിൽ തള്ളി വിസർജന മുറിയിലേക്ക് നടന്നു. സിറിൽ നേരെ അടുക്കളയിലേക്കും പോയി.

അടുക്കളക്കതക് തുറക്കുന്നത് ആറാം നിലയുടെ വിശാലതയിലേ ക്കാണ്. ചായപ്പാത്രമെടുത്ത് വെള്ളം നിറയ്ക്കുമ്പോൾ കറുത്ത ചായമ ടിച്ച കമ്പിയഴിക്കപ്പുറം നിഴലനങ്ങുന്നത് സിറിൽ കണ്ടു. കൈവരിയിലി രുന്ന് കഴുകൻ അയാളെ കൗതുകത്തോടെ നോക്കുകയാണ്.

ഭ്ദേ, ഇവിടെയെങ്ങനെ കഴുകൻ വരാനാണ്?

ഒരു സാധാരണക്കാരനെപ്പോലെ സിറിൽ വിസ്മയിച്ചു.

അടുക്കളയിലേക്ക് അപ്രതീക്ഷിതമായി വന്ന സാറയും അവിടെ കഴുകനെ കണ്ട് നടുങ്ങിപ്പോയി.

"സിറിൽ...?"

നിലവിളി പുറപ്പെടുവിച്ചനിമിഷം അവളോർത്തു. ഭയം വന്നാൽ വിളി ക്കാൻ സിറിൽ എന്നൊരു പേരേയുള്ളു. ചുറുചുറുക്കും ഇഷ്ടവും നോക്കി വിളിക്കാൻ നാലഞ്ച് അക്കങ്ങളും പേരുകളുമുണ്ട്. എങ്കിലും..

"നോക്ക് സിറിൽ.. ഈഗിൾ.."

സാറ ഭയത്തോടെ സിറിലിനെ അമർത്തിപ്പിടിച്ചു. അയാളും അവളെ തന്നോട് ചേർത്തുപിടിച്ച് പിറകോട്ടുമാറി. അപ്പോൾ കഴുകൻ ഒന്നു പൊ ങ്ങിപ്പറന്നിരുന്നു.

"നീ പേടിക്കേണ്ട. അതകത്തേക്കു വരികയൊന്നുമില്ല. ഗ്രില്ലല്ലേ ഉള്ളത്."

സിറിൽ അവളെ അടർത്തിമാറ്റി നിലം തുടയ്ക്കുന്ന തുണിയും കോലുമെടുത്ത് കഴുകനുനേരെ വീശി. നിർഭയം അത് അവരെ നോക്കിയി രുന്നതല്ലാതെ ഇളകിയില്ല. സിറിൽ പിന്നെയും ആട്ടി നോക്കി. അപ്പോഴും അതുതന്നെ സംഭവിച്ചു. പിന്നെ അവർ എന്തുതന്നെ ചെയ്തിട്ടും അത വിടുന്ന് അനങ്ങിയതേയില്ല.

"ഓാ.. അതവിടെയിരിക്കട്ടെ. നീ ചായയുണ്ടാക്ക്."

"എനിക്കിവിടെ ഒറ്റയ്ക്ക് നിൽക്കാൻ വയ്യ. സിറില് പോകല്ലേ.."

സാറയ്ക്ക് കരച്ചിൽവന്നു. സിറിൽ അവളെ നോക്കി പറഞ്ഞു:

"നല്ല ലക്ഷണമല്ല ഒരു കഴുകന്റെ വരവ്."

സാറ അങ്ങോട്ടുള്ള കതകടച്ചുപൂട്ടി. കൈയിൽ ക്യാമരയുമായി സിറിൽ വീണ്ടും അടുക്കളയിലേക്കെത്തി. സാറയ്ക്ക് സമാധാനം തോന്നി.

"എടീ... രണ്ട് പടമെടുത്തേക്കാം."

അയാൾ പറഞ്ഞതുകേട്ട് അവൾ വീണ്ടും കഴുകനെ നോക്കി. അത് അവിടെത്തന്നെയുണ്ടായിരുന്നു. സിറിൽ ക്യാമറ നേരെയാക്കി ധൃതിയിൽ

ചിത്രങ്ങളെടുത്തു. അപ്പോഴും അത് ഭയം പ്രകടിപ്പിച്ചില്ല. അതോടെ സാറ യ്ക്ക് അത്ഭുതമായി. സിറിലിനും. അയാൾ ഒന്നുകൂടി അടുത്തേക്കുചെന്ന് കുറേ പടംകൂടി എടുത്തു.

"ഇതെന്താ ഒരുമാതിരി പരിചയമുള്ള കോഴിയെപ്പോലെ. ഇതിന് പേടിയെന്നുമില്ലേ.."

സിറിൽ അത്ഭുതപ്പെട്ടപ്പോൾ സാറയ്ക്കും അത് ശരിവയ്ക്കാതിരി ക്കാനായില്ല. അവളും അടുത്തേക്ക് ചെന്നു. ഇപ്പോൾ ഇരുവരും അതിന്റെ തൊട്ടടുത്തായി. ജയിലിൽ കിടക്കുന്ന പ്രതിയെ കാണാൻ ചെന്ന ബന്ധു ക്കളെപ്പോലെ അവർ മുഖാമുഖം നിന്നു. ജയിൽ ഏതാണെന്ന് ഒരുനി മിഷം സാറയ്ക്ക് സംശയം തോന്നി. കഴുകൻ ജീവിക്കുന്നതോ അതോ തങ്ങൾ ജീവിക്കുന്നതോ?

"സിറിലേ.. ഇതിനെ ആരെങ്കിലും വളർത്തുമോ?"

"വളർത്തുമായിരിക്കും. ഇപ്പോ ആര് ഏത് മൃഗത്തിനെയാ വളർത്താ ത്തത്."

സിറിൽ ചോദിച്ചപ്പോൾ സാറയ്ക്ക് അതിലൊരു നിഗൂഢധ്വനി വെറുതെ തോന്നി. അവൾ അൽപ്പം സംശയിച്ച് സിറിലിനെ നോക്കു കയും ചെയ്തു. അയാൾ അത് ശ്രദ്ധിക്കാതെ മുന്നിൽക്കിട്ടിയ ജീവി യുടെ പടമെടുക്കുകയായിരുന്നു.

ചായ കൂട്ടിക്കഴിഞ്ഞ് സിറിലിനെ വിളിച്ചശേഷം സാറ ചോദിച്ചു:

"കഴുകന് ബിസ്കറ്റ് കൊടുത്താലോ?"

"പിന്നെ ആരോരുട്ടിന്റെ ബിസ്കറ്റ് തിന്നല്ലേ കഴുകൻ വളരുന്നത്. അതിന് ഇറച്ചിയാടീ പ്രിയം."

ഒരുനിമിഷത്തേക്ക് അവൾക്ക് വീണ്ടും വിവേകിനെ ഓർമവന്നു. അവ ളുടെ ശരീരത്തെ താലോലിക്കുമ്പോൾ വിവേക് പറയാറുള്ളത് ഇത് നെയ്മുറ്റിയ നല്ല ഇറച്ചിയാണെന്നാണ്. ഇറച്ചി എന്ന വാക്ക് അപ്പോ ളൊന്നും അവളെ അസ്വസ്ഥയാക്കിയിരുന്നില്ല. പക്ഷേ കഴുകന്റെ സാന്നി ധ്യത്തിൽ ഇറച്ചി എന്ന വാക്ക് ഭയാനകമായി അവൾക്കനുഭവപ്പെട്ടു.

"മീനില്ലേടീ ഫ്രിഡ്ജില്, അത് കൊടുത്തുനോക്കിയേ.."

സിറിൽ പറഞ്ഞപ്പോൾ അവളുണർന്നു. അവൾ അയാളെ പകച്ചു നോക്കി.

"തിന്നുവാണെങ്കിൽ ഇതിണങ്ങിയതാണെന്ന് കൂട്ടാം."

സാറ എതിർപ്പൊന്നും പ്രകടിപ്പിക്കാതെ ഫ്രിഡ്ജ് തുറന്ന് മീൻവട്ടി പുറത്തെടുത്തു. അപ്പോൾ അഴിക്കപ്പുറത്തുനിന്ന് കൊതിയുടെ മുരളൽ മുഴങ്ങി. അവൾ തരിച്ചുപോയി. അവൾക്ക് പരിചിതമായിരുന്നു ആ ശബ്ദം. കഴുകൻ ചിറകടിച്ച് അവിടെത്തന്നെ പറന്നിരുന്നു.

കൊടുത്ത ചൂരമീനിനെ അത് കാലുകൾക്കിടയിൽ അമർത്തിപ്പിടിച്ച് ആർത്തിയോടെ കൊത്തിത്തിന്നു. കഴുകൻ ഒരു പക്ഷിയാണെന്ന് സാറയ്ക്ക് വിശ്വസിക്കാനായില്ല.

സിറിൽ നേരെപോയി കമ്പ്യൂട്ടർ സജ്ജമാക്കി ക്യാമറ അതുമായി ഘടിപ്പിച്ച് ചിത്രങ്ങൾ കമ്പ്യൂട്ടറിലേക്ക് പകർത്തി. ഫേസ്ബുക്ക് തുറന്ന് ചിത്രങ്ങൾ അപ്പോൾത്തന്നെ അടിക്കുറിപ്പുസഹിതം ആകാശവിഹായ സ്സിലേക്കയച്ചു. അത്ഭുതകരമായ പ്രതികരണമാണ് സിറിലിന് മണിക്കൂ റുകൾക്കകം ലഭിച്ചത്.

ആദ്യം വിളിച്ചത് ഫേസ്ബുക്കിലെ ചങ്ങാതിയായ ഷുക്കൂറാണ്. ഷുക്കൂറിനെ ഇതുവരെ സിറിൽ നേരിൽ കണ്ടിട്ടില്ല.

"സിറിലേ എന്റെ വീട്ടിലുമെത്തീട്ടുണ്ട് ഒരെണ്ണം. ഞാനില്ലാത്ത പ്പോഴാ വന്നത്.. നെയ്ബറാ ആദ്യം കണ്ടത്."

സിറിൽ അമ്പരന്നുപോയി. ഇപ്പോഴെവിടെ നിന്നാണ് കഴുകന്മാർ കൂടിളകി വന്നിരിക്കുന്നത്. അയാൾ ആലോചിച്ചു.

തുടർന്നുള്ള ദിവസങ്ങളിൽ വിനിമയവലയിലെ പലതരം ആശയ പ്രകാശനസമൂഹങ്ങളിൽ പല വലുപ്പത്തിലുള്ള കഴുകന്മാരുടെ പടങ്ങ ളാണ് പലരും നിരത്തിയത്. ചിലരൊക്കെ പരിചയപ്പടം തന്നെ കഴുക ന്റേതാക്കി. കുറഞ്ഞ സമയംകൊണ്ട് നഗരത്തിലെയും അടുത്തുള്ള ഗ്രാമ ങ്ങളിലെയും മനുഷ്യർക്കിടയിൽ ഇതൊരു വിശേഷമല്ലാതായി മാറുകയും ചെയ്തു.

നാട്ടിൽ പെരുകുന്ന കഴുകന്മാർ ചാനലുകളിലെയും പത്രങ്ങളി ലെയും ദിവസവിശേഷമായി മാറി. ബ്ലോഗുകളിലും ഫേസ്ബുക്കിലും മൊബൈൽ ഫോണിലും കഴുകന്മാരുടെ സാന്നിധ്യം ചർച്ചയായി. ഇറ ച്ചിക്കടകളിൽ കഴുകന് കൊടുക്കാൻ ഇറച്ചി വാങ്ങുന്നവരുടെ നിര തന്നെ യുണ്ടായി. ഇണങ്ങിയ കഴുകന്മാരായതിനാൽ നഗരസഭയ്ക്കും പഞ്ചാ യത്തുകൾക്കും അതൊരു തലവേദനയായില്ല. ചില കഴുകന്മാർ ദിവസ ങ്ങൾക്കുള്ളിൽ അപ്രത്യക്ഷരായി. ചിലർ വന്നുപറ്റിയ വീടുകളിൽ സ്ഥിര താമസമായി. നാടിനുതന്നെ കഴുകന്മാരുടെ വൃത്തികെട്ട നാറ്റമുണ്ടായി. വീട്ടിൽ കഴുകന്മാരുള്ള വ്യക്തികൾ പുറത്തിറങ്ങുമ്പോൾ ദുർഗന്ധം മറ യ്ക്കാൻ വിപുലമായി സുഗന്ധദ്രവ്യങ്ങൾ ഉപയോഗിച്ചുതുടങ്ങി. ക്രമേണ അതൊരു വിശേഷമല്ലാതായി മാറി.

അന്നും പതിവുപോലെ ഉണർന്ന സാറ പുറത്തേക്കു വരുന്നതിനി ടയിൽ ഫോൺ ചെവിയിൽ തിരുകി.

"ഗുഡ്മോണിങ് പപ്പ.."

"ഗുഡ്മോണിങ് മോളേ... സിറിൽ എണീറ്റില്ല അല്ലേ..?"

"സിറിൽ ഇന്നലെ ബാംഗ്ലൂർ പോയി പപ്പാ. ഇനി മറ്റന്നാളേ വരൂ.."

"ഓഹോ.. എന്നോടവൻ പറഞ്ഞില്ലല്ലോ.."

"ഇല്ല പപ്പാ, പെട്ടെന്നുള്ള ആവശ്യത്തിന് പോയതാ. ഫ്ളൈറ്റിലാ പോയിരിക്കുന്നത്. പപ്പാ നടത്തം കഴിഞ്ഞോ.."

"എത്തി മോളേ. തെയ്യാമ്മച്ചേട്ടത്തി ദേ കാപ്പിയും കൊണ്ട് വരുന്നു."

"എന്നാ പപ്പ കാപ്പി കുടിക്ക്. സിറിൽ ഇല്ലാത്തതോണ്ട് ഞാനിച്ചിരി കൂടി കിടക്കട്ടെ."

"ഏാ മോളേ, നിങ്ങടെ ഈഗിൾ പോയോ..?"

സാറ ഞെട്ടിപ്പോയി. അവൾ പക്ഷേ സാധാരണനില പാലിച്ചു കൊണ്ട് പറഞ്ഞു:

"ഹേയ്.. അതങ്ങനെ പോകുമോ പപ്പ.. ഇവിടെയുണ്ട്."

"എന്നതാ അവന്റെ തീറ്റ..?"

"ഇറച്ചി."

അങ്ങനെ ഉച്ചരിച്ചപ്പോൾ സാറയ്ക്ക് മേലാകെ കുളിര് പൊങ്ങി. അറ പ്പിന്റെതായ അസ്വസ്ഥതയായിരുന്നു അത്. ഇന്നലെ രാത്രിയിലെ സംസാ രത്തിൽ വിവേകിനോട് അവൾ വിലക്കിയിരുന്നു.

"വേണ്ട വിവേക്. ഇറച്ചി എന്നു പറയല്ലേ.. ജീവനുള്ള ശരീ രത്തെയല്ലേ നീയീ തൊടുന്നത്.."

"അതേടാ കുട്ടാ. എന്നാലും മുറ്റിയ മാംസമല്ലേ നിനക്ക്. നല്ല പെട യ്ക്കണ പന്നിയെപ്പോലെ."

അതും പറഞ്ഞ് വിവേക് അവളുടെ കൈമസിലുകളിൽ തലോ ടിയിരുന്നു. ചുമലിലും തുടകളിലും പിടിച്ചുഞെക്കിയിരുന്നു. അവൾക്ക് നൊന്തു. അതിലും അസഹ്യമായി അവൾക്ക് തോന്നിയത് തന്റെ സ്നേ ഹത്തെ വെറും ഇറച്ചി എന്ന നിലയിൽ കാണുന്നതിനെയായിരുന്നു. അ പ്പോൾ വിവേക് കണ്ണിറുക്കി കുസൃതിച്ചിരി ചിരിക്കുകയാണ് ചെയ്തത്.

അതെല്ലാമോർത്തുകൊണ്ട് ചായ രണ്ടുകപ്പുകളിലെടുത്ത് അവൾ കിടപ്പുമുറിയിലേക്ക് നടന്നു. ദീപശിഖയും പിടിച്ച് ഓടുന്ന അത്ലറ്റിനെ അനുസ്മരിപ്പിച്ച് കിടക്കയിൽ ഉറക്കം തുടരുകയായിരുന്നു വിവേക്.

രണ്ട് കപ്പുകളും കിടക്കയ്ക്കരികിൽവച്ച് വിവേകിനരികിൽപ്പോയി കിടക്കുകയാണ് അവൾ ചെയ്തത്. അവനെ ചുറ്റിപ്പിടിച്ച് ശയിച്ചപ്പോൾ അവൾക്ക് എന്തോ സമാധാനം തോന്നി.

മൂന്നുദിവസത്തെ യാത്ര കഴിഞ്ഞ് സിറിൽ എത്തി. സാറയ്ക്കപ്പോൾ കഴുകനെപ്പറ്റി അതുവരെയില്ലാത്ത ഒരു പരാതി പറയാനുണ്ടായിരുന്നു.

"ഇറച്ചിയല്ലാതെ അതിനൊന്നും വേണ്ട. എന്നോട് തരി സ്നേഹ വുമില്ല. വല്ലാത്തൊരധികാരവും. കണ്ടില്ലേ വളർന്ന് ഭീമനായിരിക്കുന്നത്.."

"ഉം. ഷുക്കൂറിന്റെ വീട്ടിലേതും ആനക്കഴുകനായിട്ടുണ്ട്."

സിറിൽ അവളുടെ കവിളിൽ പിടിച്ചു. അവളാ കൈ പതിയെ തട്ടി മാറ്റി.

"ഞാൻ കാര്യായിട്ടു പറഞ്ഞതാ... ഇന്നലെ നാലുകിലോ ബീഫ് തിന്നു."

"നാലുകിലോ ബീഫോ.. നിനക്കെന്തൊടീ പ്രാന്തായയോ.."

"പിന്നെ, വളർത്താൻ തീരുമാനിച്ചില്ലേ... തീറ്റകൊടുക്കാതെ പറ്റു മോ.."

സിറിൽ നിശ്ശബ്ദനായി. തുടർന്നുള്ള നാളുകളിൽ പ്രദേശവാസിക ളിൽ ഒരമ്പരപ്പുണ്ടായത് വിചിത്രമായ വിധത്തിലാണ്. തങ്ങൾക്ക് കഴു

കനെയാണോ അതോ കഴുകന് തങ്ങളെയാണോ ഒഴിവാക്കാനാവാത്ത തെന്നായിരുന്നു അത്.

- കഴുകൻ ഇപ്പോൾ സ്വീകരണമുറിയിലാണ്.

ഷുക്കൂർ ട്വിറ്ററിലെഴുതി. ടീന ബ്ലോഗിലെഴുതി.

- എന്റെ കഴുകൻ മാംസം കൊടുത്താലേ കഴിക്കൂ.. കണ്ണുവെട്ടിച്ച് തിന്നില്ല. ഞാൻ സാമ്പാറും പരിപ്പും പരിശീലിപ്പിക്കുന്നുണ്ട്. കക്ഷി വെജി റ്റേറിയനാവുന്ന ലക്ഷണമാ.

ടീനയുടെ ബ്ലോഗിന് ധാരാളം മറുപടികളുണ്ടായി. അതിലൊന്ന് അയ ച്ചത് സിറിലായിരുന്നു.

- കഴുകൻ വെജിറ്റേറിയനാവുകയാണെങ്കിൽ ഉപേക്ഷിക്കുകയേ തരമുള്ളൂ. അത് ചതിയാണ്. വർഗഘടനയെ വെല്ലുവിളിക്കുന്ന ചതി. ജനിതകമാറ്റം സ്വേച്ഛയനുസരിച്ച് മാറ്റാനാവുന്ന കഴുകൻ നാശം വിത യ്ക്കും.

അത് വായിച്ച് വിവേക് സിറിലിനെ വിളിച്ചു.

"നിനക്കെന്തോ ചിന്താശേഷി പോയോ സിറിലേ..ലോകത്തേതെ ങ്കിലും കഴുകൻ ഇറച്ചിയുപേക്ഷിക്കുമോ.."

"ഇല്ലെടാ.. എന്നാലും.. ആ ടീനേടെ ബ്ലോഗിൽ അങ്ങനെ കണ്ട പ്പോ.."

"കഴുകനെ പച്ചക്കറി തീറ്റിക്കുന്ന അവൾക്ക് അസുഖം വേറെയാ.. നീയത് വിട്."

അന്നുപകലിൽ തികച്ചും വ്യത്യസ്തമായ ഒരു സംഭവമുണ്ടായി. കഴുകൻ സാറയുടെ കൈയ്ക്ക് കൊത്തി പരിക്കേൽപ്പിച്ചതായിരുന്നു അത്. കോഴിമാംസം എല്ലുകളഞ്ഞ് കഴുകന് കൊടുക്കുമ്പോളായിരുന്നു അത്.

അതിനെപ്പറ്റി രാത്രി സംസാരിച്ചപ്പോൾ സിറിൽ കെട്ടിവച്ച അവളുടെ കൈമുറിവിൽ ചിരിയോടെ തഴുകി. പിന്നെ പറഞ്ഞു:

"ഷുക്കൂറും നന്ദനയും ഫേസ്ബുക്കിലെഴുതിയത് ഇതേ സംശയ മാണ്."

"എന്തു സംശയം?"

"കഴുകന്മാർക്ക് ഫ്രീസറിലെ മാംസം മടുത്തെന്ന്."

"എന്നുവച്ചാ..."

"എടീ, ഉപയോഗിച്ചുപഴകിയാ കഴുകന് മടുപ്പുണ്ടാവുമെന്ന്."

സാറ നടുങ്ങുകയാണോ, വിവേകിനോട് പറയേണ്ട കാര്യങ്ങൾ അടുക്കും ചിട്ടയുമില്ലാതെ ആലോചിക്കുകയാണോ ചെയ്തതെന്ന് അവൾക്കുതന്നെ മനസിലായില്ല. എന്തായാലും ആ നിമിഷം അവൾ വിവേകിനെ സ്മരിച്ചിരുന്നു. വിവേകിനും കഴുകനും ഒരേ മുഖച്ഛായയാ ണെന്നുതന്നെ അവൾക്കുതോന്നി. ആ വിഭ്രമചിത്രം അവൾക്കിഷ്ടമാ യില്ല. അവൾ തലകുടഞ്ഞു.

"ഉം... എന്താടീ?"

സിറിൽ ചോദിച്ചു. സാറ ചിരിക്കാൻ ശ്രമിച്ചു. വിഫലമായ ചിരി.

പിറ്റേന്നും പപ്പയോട് സംസാരിച്ചുകഴിഞ്ഞ് അവൾ വിവേകിനെ വിളിച്ചു:

"പുന്നാരേ..."

ഫോണിലൂടെ വിവേകിന്റെ സ്വരം അവളെത്തേടിയെത്തി. അവൾ നിശ്ശബ്ദയായി. ഒരൽപ്പം കാത്തിട്ട് നേർത്ത പരിഭ്രമത്തിൽ വിവേക് ചോദിച്ചു:

"എന്താടാ... എന്തെങ്കിലും റോങ്ങായിട്ട്?"

"വിവേക്, അതെന്റെ കൈയിൽ കൊത്തുന്നു. അതിന് ബീഫും ചിക്കനും ഫിഷും പോരാണ്ടായി."

വിവേക് ആലോചനയിലായി. സാറയും പറഞ്ഞുകഴിഞ്ഞ് നിശ്ശബ്ദ യായിരുന്നു. പിന്നെ ദീർഘമായ ഒരു ശ്വാസമെടുപ്പിനുശേഷം അവൾ തുറന്നുപറഞ്ഞു:

"അതിനെ വളർത്താൻ കൊള്ളില്ല വിവേക്... വളർത്താവുന്ന പക്ഷി യല്ല കഴുകൻ. ഇങ്ങനെയുണ്ടോ ഒരു മാംസക്കൊതി. ഇറച്ചി കൊടുത്ത് ഇറച്ചി കൊടുത്ത് ഈ മാസത്തെ ബജറ്റാകെ പൊളിഞ്ഞു. സിറിലിന് അറിയില്ല ഞാൻ അഡ്ജസ്റ്റുചെയ്യുന്നത്."

"പിന്നെ..?"

"ഞാനിതിനെ ഒന്നുകിൽ കൊല്ലും... അല്ലെങ്കിൽ എയർഗൺ സംഘ ടിപ്പിച്ച് വെടിവച്ചോടിക്കും."

വിവേക് മൂളി. പിന്നെ പറഞ്ഞു:

"നീയാലോചിക്ക്. വൈകിട്ട് ഞാനെന്തായാലും സിറിലിന്റെ കൂടെ അങ്ങുവരാം."

അവളുടെ മറുപടിക്ക് കാതോർക്കാതെ വിവേക് ഫോൺ വച്ചുക ളഞ്ഞു. അന്നുരാവിലെ സാറയ്ക്ക് കഴുകന്റെ കൊത്തുകിട്ടി. നീണ്ടു വളഞ്ഞ ബലിഷ്ഠമായ കൊക്കുകൊണ്ടായിരുന്നു ആക്രമണം. സാറ യുടെ രണ്ടു കൈത്തണ്ടയിലെയും മാംസം പറിഞ്ഞുതൂങ്ങി. അതോടെ കഴുകന് തീറ്റകൊടുക്കുന്നത് നിർത്താൻ അവൾ തീരുമാനിക്കുകയായി രുന്നു.

ഉച്ചയ്ക്കത്തെ ടെലിവിഷൻ വാർത്തയിൽ അവളെ ആശ്വസിപ്പി ക്കുന്ന തരത്തിൽ സംസ്ഥാനത്ത് പതിന്നാലിടത്ത് കഴുകന്റെ ആക്രമണം റിപ്പോർട്ട് ചെയ്യപ്പെട്ടു. അതിലൊന്ന് തീറ്റകൊടുക്കുന്നതിന് ദൃക്സാക്ഷി യായ കുഞ്ഞിനെ അമ്മയുടെ മുന്നിൽ വച്ച് കഴുകൻ നിർദയം ആക്ര മിച്ചു എന്നതായിരുന്നു. ഭീകരമായിരുന്നു ആ വാർത്തയും ചിത്രങ്ങളും.

സാറ അന്നുപകൽ മുഴുവൻ വേദനിക്കുന്ന കൈയുമായി പേടി യോടെ കിടപ്പുമുറിയിൽ കഴിഞ്ഞുകൂടി. അപ്പോഴൊക്കെ അടുക്കളവര ന്തയിൽ ഇടക്കിടെ ആറാം നിലയുടെ മേലേക്കുപറന്നും താഴേക്കുപറന്നും അവരുടെ കഴുകൻ വിലസുന്നുണ്ടായിരുന്നു. വിശപ്പുകൊണ്ടാവണം അത് വല്ലാതെ ക്രുദ്ധമായ നോട്ടമാണ് ചുറ്റിനുമയച്ചുകൊണ്ടിരുന്നത്.

രാത്രി വല്ലാതെ വളർന്നിട്ടും സാറ കിടപ്പുമുറിക്ക് പുറത്തുവരികയോ മുറികളിലെ വെളിച്ചമിടുകയോ ചെയ്തില്ല. ഒടുവിൽ അറിയിപ്പുമണി കേട്ട പ്പോഴാണ് മുടി വാരിച്ചുറ്റി അവൾ എണീറ്റത്.

കതകുതുറന്നപ്പോൾ മുന്നിലും പിന്നിലുമായി സിറിലും വിവേകും അകത്തേക്കുകയറി. സിറിൽ ചിരിയോടെ ചോദിച്ചു:

"ഇന്നും കൈക്കുകൊത്തി അല്ലേ..സാരമില്ല, നമുക്കതിനെ ഒഴി വാക്കാം."

അവൾ ഭയാശങ്കകളോടെ പിന്നിൽ നിന്ന വിവേകിനെനോക്കി. സാര മില്ലെന്ന മട്ടിൽ വിവേക് ചിരിച്ചു. അടുത്ത നിമിഷം വിവേക് എന്തോ എടുക്കുന്നത് അവൾ കണ്ടു. അവൾക്ക് ചിന്തിക്കാനിടകിട്ടും മുമ്പ് വിവേക് കൈയിലിരുന്ന ഇരുമ്പുദണ്ഡ് സിറിലിന്റെ തലയിൽ അടിച്ചിറക്കി. തൽക്ഷണം സിറിൽ ഭാര്യക്കുമുന്നിലേക്ക് മരിച്ചുവീണു. പരവതാനിയിൽ രക്തം പരക്കുന്നതും രക്തത്തിന്റെ മണമറിഞ്ഞ കഴുകൻ ഇരുട്ടിലും പിന്നിലെ ബാൽക്കണിയിൽ ചിറകടിക്കുന്നതും അവളറിഞ്ഞു.

"വിവേക്.. നീ?"

അമ്പരന്നുപോയ സാറയ്ക്ക് അത്രയുമേ ചോദിക്കാനായുള്ളു. അവൻ അവളെ നോക്കി ചിരിച്ചു.

"ഇപ്പോഴിത് ചെയ്തില്ലെങ്കിൽ കഴുകൻ നിന്റെ വയറും നെഞ്ചും കൊത്തിത്തിന്നും. എനിക്കൊന്നും ബാക്കികിട്ടില്ല. അടുക്കള കതക് തുറക്ക്.. കഴുകന് ചൂടു പോകാത്ത ഇറച്ചി വേണം ഇറച്ചി."

വിവേക് പറഞ്ഞു. അവൾ നോക്കി. അൽപ്പം മുമ്പുവരെ തന്റെ ഭർത്താവായിരുന്ന സിറിൽ ദിവ്യനെപ്പോലെ നിലത്തായി മരിച്ചുകിട ക്കുന്നു. മുഖത്തൊരു പുഞ്ചിരിയുണ്ടോ.. അതോ തോന്നുന്നതോ..

അവൾ അനങ്ങാതെ നിൽക്കുന്നതുകണ്ട് അക്ഷമനായ വിവേക് തനിയെ അടുക്കളക്കതക് തുറന്നു. പിന്നെ അയാൾ സിറിലിന്റെ ശവശ രീരം കാലുകളിൽപ്പിടിച്ച് വലിച്ചിഴച്ചു. സാറ അതും നിശ്ശബ്ദയായി നോക്കിനിന്നു. വലിക്കുന്നതിനിടയിൽ സിറിലിന്റെ ഒരു ഷൂസ് ഊരിപ്പോ യത് അവൾ കണ്ടു. അൽപ്പനേരം മുമ്പുവരെ സിറിലിനോടുണ്ടായിരുന്ന സ്നേഹത്തോടെ അത് അവളെടുത്തു ചെരിപ്പുതട്ടിൽ വച്ചു. കാലത്തു താനെടുത്തുകൊടുത്ത വെള്ളനിറമുള്ള സോക്സാണ് സിറിൽ ഇട്ടിരി ക്കുന്നതെന്ന് അവൾ ഓർമിച്ചു. രോമം കൊഴിഞ്ഞ കുമ്മായക്കോലു കൊണ്ട് വലിച്ച വലിപോലെ പരവതാനിക്കുമേൽ രക്തത്തിന്റെ പാട് ശവം പോയ വഴിക്ക് കാണപ്പെട്ടു.

ശവത്തിന്റെ വരവ് കണ്ട് കഴുകൻ കനത്ത ചിറകുകൾ വിരിച്ച് ഭിത്തി ഭേദിക്കാനൊരുങ്ങി. അത് ചിരിക്കുന്നതായിട്ടാണ് സാറയ്ക്ക് തോന്നിയത്. സിറിലിന്റെ ശവം വലിച്ച് കഴുകന് മുന്നിലിട്ടശേഷം വിവേക് കതകടച്ചു.

ചിറകടിയുടെ ആരവത്തോടെയും ആഹ്ളാദത്തോടെയും ശവത്തി നുമേൽ പറന്നിറങ്ങിയ കഴുകൻ ദയയില്ലാതെ സിറിലിന്റെ നെഞ്ച് കൊ ത്തിപ്പറിക്കാൻ തുടങ്ങി. അതുനോക്കി നിൽക്കേ തന്റെ ചുമലിൽ വിവേ കിന്റെ കൈ ആർത്തിയോടെ പതിയുന്നത് സാറ അറിഞ്ഞു.

ഒരു സാധാരണ മനുഷ്യന്റെ ജീവിതചിത്രം

ജഡത്തിന്റെ മുഖം മൂടിപ്പോയ കാറ്റേ.., എനിക്കു സഹിക്കാനാവു ന്നില്ലല്ലോ..

സീതയെ ഓർമിക്കാൻ വേണ്ടിയെന്നതുപോലെ പുതിയ നഗര ത്തിലെ തെരുവിലൂടെ നടക്കുമ്പോൾ രാമനാഥൻ ഓർത്തു. ഓർമ വിലാ പമായി.

ടിണ്ടയും തോരിയും വിൽക്കുന്ന ഗ്രാമീണർ വിട്ടുമാറാൻ മടിച്ചു നിൽക്കുന്ന തണുപ്പിനെ ആട്ടിയാട്ടി വിട്ട് ജനങ്ങളെ ആകർഷിക്കുന്നു ണ്ടായിരുന്നു. കടുത്ത നിറങ്ങൾ പൂശിയ ഉന്തുവണ്ടിയിൽ മെഴുത്ത വാഴ യ്ക്കാ നിറച്ച് രണ്ടുകുട്ടികൾ കച്ചവടം ചെയ്യുന്നു. ദാരിദ്ര്യം മാത്രമാണ് അവരുടെ മേൽവസ്ത്രം. മുടി ചുവപ്പിച്ച മുഷിഞ്ഞ ഒരു പഞ്ചാബിസ്ത്രീ കുട്ടികളോട് തർക്കിച്ചുകൊണ്ട് കായ എടുത്ത് സഞ്ചിയിലിടുന്നു. എല്ലാ വരും തന്നെ തണുപ്പുചെറുക്കാൻ അധികമായി വസ്ത്രങ്ങൾ ധരിച്ചിട്ടു ണ്ടായിരുന്നു. അതുകണ്ടപ്പോഴാണ് താൻ ഷർട്ടല്ലാതെ ഒരു മഫ്ളർ പോലും ധരിച്ചിട്ടില്ലെന്ന് അയാളോർത്തത്. അയാളുടെ പ്രായത്തിന് ഷർട്ടു മാത്രം മതിയാകുമായിരുന്നില്ല.

പട്ടണമധ്യത്തിലെ തെരുവുകൾ, വീഥികൾ, തക്കാളിയും കാബേജും മട്ടറും മൂലിയും വിൽക്കുന്ന വിപണനക്കാർ, കടകളിൽ ഞാന്നുകിടക്കുന്ന പുടവകൾ, കാതിലോലയും ലോലാക്കും വളകളും വച്ച പെട്ടിത്തട്ടുകൾ. എല്ലാം രാമനാഥനെ നോക്കി കൈമാടി വിളിച്ചു.

"സാബ്..സാബ്..?"

വിറളിപിടിച്ച രാമനാഥൻ ഇരുവശവും നോക്കാതെ വിലപിച്ചു.

"-മരിച്ചകന്ന പ്രാണനെ ഒളിപ്പിച്ച കുഴികളേ...ശവം തിന്ന പുഴു ക്കളേ....എനിക്കു സഹിക്കാനാവുന്നില്ലല്ലോ..!"

ദൂരെ കലാമിത എന്ന നഗരത്തിൽ വച്ച് സീത മരിച്ചിട്ട് അന്നേക്ക് എട്ടുമാസവും പതിനാറ് ദിവസവും കഴിഞ്ഞിരുന്നു. ആ നഗരത്തിലെ കപ്പലുകൾ കാഹളം മുഴക്കുന്ന തീരങ്ങളിൽനിന്ന് സീതയുടെ നിഴലു കൾ അകന്നിട്ടാണ് അത്രയും ദിവസമായിരിക്കുന്നത്.

വിശേഷപ്പെട്ട ചീലോത് മരത്തിന്റെ തുണിയലമാരയ്ക്ക് തീ പിടി ച്ചിട്ടും അത്രയും ദിവസം കത്തിയത് പട്ടുസാരികൾ. പരുത്തിനൂലിൽ നെയ്ത പാവാടകൾ. കൈകളിൽ ചിത്രത്തുന്നൽ നടത്തിയ ബ്ലൗസു കൾ. പിന്നെ പൂക്കൾ പരന്ന അനേകമനേകം അടിവസ്ത്രങ്ങൾ. എട്ടു മാസവും പതിനാറ് ദിവസവുമായിട്ട് അജ്ഞാതദേശത്തേക്ക് ഏതോ കപ്പൽ പുറപ്പെടുന്നതിന്റെ സൈറൺ ഉയരുന്നത് സ്വന്തം തലയ്ക്കുള്ളിൽ നിന്നാണെന്ന് രാമനാഥന് അറിയാം. അതുകൊണ്ടാണ് അയാൾ കടവ ലാതിയാർ എന്ന ഗ്രാമപ്രദേശത്തേക്ക് മാസങ്ങൾക്കുമുമ്പ് സ്ഥലംമാറ്റം വാങ്ങിച്ചെത്തിയത്.

കലാമിതയിൽവച്ച് സീതയുടെ മരണത്തെത്തുടർന്ന് പതിനഞ്ച് ദിവ സത്തെ ഏകാന്തമൗനത്തിലായിരുന്നു രാമനാഥൻ. ആരെയും കാണാൻ കൂട്ടാക്കിയില്ല. പുറത്തെങ്ങുമിറങ്ങിയുമില്ല. അങ്ങനെയുള്ള പതിനഞ്ചുദി വസത്തിനുശേഷം മേലുദ്യോഗസ്ഥന് ഫോൺചെയ്തിട്ട് രാമനാഥൻ പറ ഞ്ഞത് താൻ ജോലി ഉപേക്ഷിക്കുവാൻ തീരുമാനിച്ചു എന്നാണ്. പിന്നീട് മേലുദ്യോഗസ്ഥന്റെയും സഹപ്രവർത്തകരുടെയും അപേക്ഷനിമിത്തം അയാൾ ജോലിക്കുചെല്ലുവാൻ നിർബന്ധിതനായി. അക്കാര്യത്തിനായി ഏറെ ഉത്സാഹിച്ചത് രാമനാഥന്റെ കൂടെ ജോലിചെയ്യുന്ന ഫൈസ് അഹ മ്മദാണ്. മലയാളിയാണ് ഫൈസും.

ഫൈസ് എന്നും കാലത്ത് രാമനാഥന്റെ വീട്ടിലേക്ക് വരും. ഫൈ സിന്റെ ഭാര്യ തയാറാക്കിക്കൊടുത്തുവിടുന്ന പ്രാതൽ രാമനാഥൻ വള രെനേരമെടുത്ത് കഴിക്കും. ആ നേരമത്രയും ഫൈസ് അടുത്തുതന്നെ പത്രം വായിച്ചുകൊണ്ടിരിക്കും. അതിനുശേഷം അയാളുടെ ബൈക്കി നുപിന്നിലിരുന്ന് ഓഫീസിലേക്കും വൈകിട്ട് തിരിച്ച് വീട്ടിലേക്കും രാമ നാഥൻ യാത്ര ചെയ്യും. അങ്ങനെയായിരുന്നു സീതയുടെ മരണശേഷ മുള്ള ദിനചര്യ.

ഓഫീസിൽ പോയിത്തുടങ്ങിയതിനുശേഷം രാമനാഥൻ ചിട്ടകൾ തെറ്റിക്കുന്നത് പതിവാക്കിയതാണ് ആദ്യമുണ്ടായ പ്രധാനകുഴപ്പം. പ്രാദേ ശികശാഖയിലേക്ക് അയക്കേണ്ട പേപ്പറുകൾ അയാൾ പ്രധാനശാഖയി ലേക്ക് അയക്കും. ശിപായി വന്ന് ചായ കൊടുക്കുമ്പോൾ അയാൾ അതി ലേക്ക് നോക്കിയിരിക്കും. തണുത്തുമരവിച്ച ചായ ചൂടുചായ പോലെ ആലോചനയോടെ ഊതിയൂതി കുടിക്കും. ആദ്യമൊക്കെ സഹപ്രവർത്ത കർ സഹാനുഭൂതിയോടെ ഇതെല്ലാം വീക്ഷിച്ചു. പിന്നെപ്പിന്നെ അമർത്തി ചിരിക്കാൻ തുടങ്ങി. മേലധികാരിയും ഫൈസും ഒരിക്കൽപ്പോലും ചിരി ച്ചില്ല.

പതുക്കെയാണെങ്കിലും ഇത്തരം കഷ്ടപ്പാടുകൾക്കുശേഷം രാമ നാഥൻ സാധാരണമട്ടിലായി. ഫൈസ് വന്ന് ഓർമിപ്പിക്കുന്നതിനുമുന്നേ ക്ഷൗരം ചെയ്തു തയാറാകാനും ഷൂ മിനുക്കിവയ്ക്കാനും അയാൾ മറക്കാതായി. അവരുടെയെല്ലാം മേലധികാരിയായ മനുഷ്യൻ വളരെ ക്ഷമ കൈവശമുണ്ടായിരുന്ന സാമർഥ്യക്കാരനായിരുന്നു. താനൊരു മേല ധികാരിയാണെന്നോ ഭാര്യ മരിച്ച ഒരു മനുഷ്യൻ സാധാരണനിലയിലാ വുന്നതിന് അനുവദിക്കാവുന്ന പരമാവധി സമയം കഴിഞ്ഞു എന്ന മട്ടിലോ അയാളൊരിക്കലും സീതയുടെ മരണശേഷം രാമനാഥനോട് ഇടപെട്ടി രുന്നില്ല. രാമനാഥൻ അത് തിരിച്ചറിയാവുന്ന മാനസികാവസ്ഥയിലായിട്ടും മേലധികാരി തന്റെ ഭാവം മാറ്റിയതുമില്ല.

സീത മരിച്ച് മൂന്നുമാസത്തിനുശേഷം ഒരുദിവസം കാലത്ത് ഫൈസ് വന്നപ്പോൾ രാമനാഥൻ പറഞ്ഞു:

"സീത എന്നോടൊരു അപ്പച്ചട്ടി വാങ്ങണമെന്ന് അന്ന് പറഞ്ഞി രുന്നു. ഇന്ന് പോയി നമുക്കത് വാങ്ങിയാലോ."

ഫൈസിന്റെ കൈയിലിരുന്ന് രാമനാഥനായി ഉണ്ടാക്കിക്കൊണ്ടുവന്ന അപ്പപ്പൊതി വിറച്ചു. ഫൈസ് നിരാശയോടെ അയാളെ നോക്കി. രാമനാ ഥന്റെ അബദ്ധങ്ങൾ കണ്ടുംകേട്ടും ചിരിക്കുന്ന സഹപ്രവർത്തകരെ ഫൈസിന് ഓർമവന്നു. ഫൈസിന്റെ ഭാവമാറ്റം ശ്രദ്ധിക്കാതെ രാമനാ ഥൻ കൈനീട്ടി. ഫൈസ് സ്റ്റീൽ തടുക്ക് നീട്ടി. രാമനാഥൻ പതിവുപോലെ ഊണുമേശയിൽ തടുക്ക് വച്ചു മൂടി തുറക്കാൻ ശ്രമം തുടങ്ങി. കൺമു ന്നിൽ ഇപ്പോൾ ഒരു ബോംബ് പൊട്ടിയേക്കും എന്ന ഭീതിയിൽ ഫൈസ് ഭയചകിതനായി. പാത്രം തുറന്നപാടെ രാമനാഥൻ അതുവരെ പ്രകടമ ല്ലാതിരുന്ന ആഹ്ലാദത്തിൽ പറഞ്ഞു:

"ആഹാ.. അപ്പമാണല്ലോ. ജമീലയ്ക്ക് നല്ലതുപോലെ അപ്പമുണ്ടാ ക്കാനറിയാം. അല്ലേ..?"

ഫൈസ് ഒന്നു വിസ്മയിച്ചു. ശ്രദ്ധയോടെ ഭക്ഷിച്ചുകൊണ്ടിരിക്കുന്ന രാമനാഥനെ ഫൈസ് ഭാവം പിടികിട്ടാതെ നോക്കി. നാളികേരപ്പാല് കുറു കിയ സ്റ്റൂ ഒഴിച്ച് കഷണം കഷണമായി അപ്പം മുറിച്ച് തിന്നുകയായി രുന്നു രാമനാഥൻ. പാത്രം കഴുകി ഫൈസിന്റെ സഞ്ചിയിൽ നിക്ഷേപി ച്ചശേഷം രാമനാഥൻ പറഞ്ഞു:

"മരിക്കുന്നതിന് ഒരാഴ്ചയ്ക്കു മുമ്പാ പുതിയ അപ്പച്ചട്ടിക്ക് പറഞ്ഞു തുടങ്ങീത്. സത്യത്തീ ഞാനത് ഇതുവരെ മറന്നിരിക്കുകയായിരുന്നു. ഇനീപ്പോ നീട്ടണ്ട."

താൻ വിളറുന്നത് ഫൈസ് സ്വയമറിഞ്ഞു. ഇന്ന് രാമനാഥൻ വല്ലാത്ത കുഴപ്പങ്ങൾ വല്ലതും ഓഫീസിൽ ഉണ്ടാക്കുമോ എന്നും സ്വതവേ ശാന്ത നായ പരമാധികാരി ചടുലമായ വല്ല വാക്കുകളും രാമനാഥനുനേരെ ഉതിർക്കുമോ എന്നും ഫൈസ് ചിന്തിക്കാൻ തുടങ്ങി. എന്നാൽ ഷൂ ധരിച്ച് ഇറങ്ങിയ രാമനാഥൻ പറഞ്ഞത് മറ്റൊന്നാണ്.

"സീത ആഗ്രഹിച്ചതല്ലേ. ഇന്നതു വാങ്ങിയാ ആ കടം തീർന്നു. എ ന്നിട്ടതു നമ്മുടെ സ്വീപ്പർക്കു കൊടുക്കാം."

ഫൈസ് സമാധാനത്തോടെയും എന്നാൽ ആലോചനയോടെയും തലയാട്ടിക്കൊണ്ട് വണ്ടി അനക്കിയുരുട്ടി. പറഞ്ഞതുപോലെ അന്ന് രാമ നാഥൻ അപ്പച്ചട്ടി വാങ്ങുകയും ഉച്ചഭക്ഷണനേരത്ത് അടിച്ചുതുടയ്ക്കാൻ വരുന്ന സ്ഥിരാംഗമല്ലാത്ത അയൽനാട്ടുകാരി പെണ്ണിന് പൊതിച്ചിൽ പൊ ട്ടിച്ചുനോക്കാതെ കൊടുക്കുകയും ചെയ്തു.

മരയലമാരയ്ക്ക് തീയിടുകയും തുണികൾ കത്തിക്കുകയും ചെയ്ത പോലെയായിരുന്നില്ല അത്. അന്ന് വൈകുന്നേരം കിടപ്പുമുറിയിൽ തന്റെ പതിവ് വശത്ത് ഉറക്കം കാത്തുകിടക്കുമ്പോൾ രാമനാഥൻ ഓർത്തു. കലാമിതയിലെ വെള്ളച്ചായമിട്ട വൈദ്യുതശ്മശാനത്തിൽനിന്ന് തകര ത്തിന്റെ കനത്ത പാളികൾമാറ്റി അടുപ്പുപൊളിച്ച് സീത നടന്നുവരുന്നു.

"രാമേട്ടാ, നമുക്കൊരു അപ്പച്ചട്ടി വാങ്ങണം."

"ഊം."

"എന്തിനാ ഇപ്പോ പുതിയ അപ്പച്ചട്ടി എന്നുചോദിക്ക്..?"

"എന്തിനാ ഇപ്പോ പുതിയ അപ്പച്ചട്ടി..? ഇവിടെയുണ്ടല്ലോ."

"ഞാ..അതോ.. ഇവിടെയുള്ളത് നമുക്ക് സാധാരണ ദിവസത്തേക്ക്. ഇത് ചില പ്രത്യേക ദിവസത്തേക്ക്.."

സീത ചിരിക്കുന്നു. ചിരിയോടെ വന്ന് അടുത്തിരിക്കുന്നു. നെഞ്ചിലെ രോമങ്ങളിൽ പരതി വെളുത്ത ഇഴകൾ കണ്ടെത്തുന്നു. വലിച്ചുപൊട്ടി ക്കണോ കടിച്ചുപൊട്ടിക്കണോ എന്നു ചോദിക്കുന്നു. എന്നിട്ട് ചെറുതായി നരരോമത്തെ വലിച്ചുനോക്കുന്നു. അപ്പോൾ ത്വക്കിൽ ഒരു വലിച്ചിൽ ഉണ്ടാ കുന്നു. രോമത്തിന്റെ കട ഉയരുകയും താഴുകയും ചെയ്യുന്നു. ചെറു തായി വേദനിക്കുന്നു.അതോടൊപ്പം രോമം പിഴുതുപോരുമോ എന്ന ഭയവും വേദനിക്കേണ്ടിവരുമോ എന്ന ഭീതിയും ഉയരുന്നു. അപ്പോൾ ആ ഭാവം നോക്കി സീത പൊട്ടിച്ചിരിക്കുന്നു. ഉറക്കെയുറക്കെ പൊട്ടിച്ചി രിക്കുന്നു. എന്നിട്ട് ദേഹത്തേക്ക് കമിഴ്ന്ന് തന്റെ സ്ത്രൈണഭാരമത്രയും അമർത്തിയുരച്ച് മറുവശത്തിരിക്കുന്ന പെട്ടി വലിച്ചടുപ്പിക്കുന്നു. ആ പ്രവൃത്തിയിൽ അയാൾ മലർന്നുപോകുന്നു. അതിനെ നിസ്സാരമാക്കി പെട്ടിയിൽനിന്ന് ചെറിയ കത്രികയെടുത്ത് വീണ്ടും നരരോമങ്ങളെ തിര യുന്നു. തിരച്ചിലിനൊടുവിൽ അവയെ കടയോടെ മുറിക്കുന്നു. മുറിച്ചെ ടുത്തവയെ വെളുത്തുതുടുത്ത ഇരുവിരലിനറ്റത്തും പിടിച്ച് മുറിയിലെ വെളിച്ചത്തിനുനേരെ ഉയർത്തി പരിശോധിക്കുന്നു. എന്നിട്ട് ഭൂ എന്ന് ഊതിക്കളയുന്നു. അവളുടെ കൂമ്പിവരുന്ന ചുണ്ടുകളിലെ ചുവന്ന വര കൾ ചുണ്ട് പഴയപടിയാകുന്നതോടെ അപ്രത്യക്ഷമാകുന്നു.

അയാൾ അതോർത്ത് കിടന്നു. നെഞ്ചിലിപ്പോൾ നരച്ച രോമങ്ങൾ അധികമായിട്ടുണ്ടാവും.

"എന്താ പ്രത്യേകദിവസങ്ങൾ എന്നാൽ..?"

അന്ന് സീതയോട് തന്നെ ചോദിച്ചു.

"അതോ.. ചില ദിവസങ്ങളിൽ വല്ലാതെ വല്ലാതെ സ്നേഹിക്കാൻ തോന്നും. എണീറ്റുപോരുമ്പോഴും നല്ല ഉറക്കമായിരിക്കുമല്ലോ. ഞാൻ എണീക്കുന്നത് അറിയാറില്ലല്ലോ.. അപ്പോ ഞാൻ കുറേ നേരം ഇവിടെ യിങ്ങനെ നോക്കിനിൽക്കും. എന്നുമൊന്നുമില്ല, ചില ദിവസങ്ങളിൽ.. അന്നത്തെ ബ്ലാക്ക് ആൻഡ് വൈറ്റ് ഫോട്ടോസ് ഇല്ലേ. കൃതാവ് ഇറക്കി, മീശ ചെറുതാക്കിവെട്ടി.. വർഷം ഇരുപത്തൊന്നായി എന്നൊന്നും തോന്നു കയേയില്ല. അതൊക്കെ ഓർക്കും."

"അതുശരി. ചില ദിവസങ്ങളിൽ മാത്രമാണോ സ്നേഹം തോന്നു ന്നത്."

"ഊഹും. കൂടുതൽ സ്നേഹം തോന്നുന്നത്."

"എന്നിട്ട്, അന്നേരം പോയി അപ്പമുണ്ടാക്കാൻ തോന്നുമോ?"

"ഉം."

"പിന്നെ..സ്നേഹം തോന്നുമ്പോ അപ്പമുണ്ടാക്കുവല്ലേ. നീ വെറുതെ എന്നെ പറ്റിക്കേണ്ട.."

"ഈാ..പെണ്ണുങ്ങക്ക് അങ്ങനെയൊക്കെ തോന്നും. എനിക്കിപ്പോ ഇതു പറയേണ്ട കാര്യമെന്തായിരുന്നു. ശ്ശെടാ."

അടുക്കളയിൽനിന്ന് മാവ് കുഴക്കുകയാവും സീത. തലയിൽ തോർ ത്തിനിടയിലൂടെ ചുറ്റിക്കെട്ടിയ മുടിക്കുറുപ്പ് കാണാം. അതിൽനിന്ന് വെള്ളം ഇറ്റുന്നുണ്ടാവും. പുറം നനഞ്ഞിട്ടുണ്ടാവും. മാവ് കുഴയ്ക്കുന്നതിനിടയിൽ എന്തിനെങ്കിലും കുനിയുമ്പോൾ അകത്തിട്ടിരിക്കുന്ന ഉടുപ്പിന്റെ നാടയുടെ നിഴൽ പുറത്തുതെളിയും. ചിലയിടങ്ങളിൽ നനവ് അവിടേക്കും പരന്നി ട്ടുണ്ടാവും. അതു കാണുമ്പോൾ വല്ലാത്തൊരു പാവം കലർന്ന സ്നേഹം തോന്നും. പതിയെപ്പോയി കെട്ടിപ്പിടിക്കും. ദോശ നാലഞ്ച് എണ്ണം ചുട്ടുകഴിഞ്ഞാൽ അവൾ പോയി ആ വസ്ത്രം മാറും. പാട്ടിന്റെ സീഡിയും നിർത്തും. *വെങ്കിടേശ സുപ്രഭാതത്തിന്റെ* സി ഡി, ബി ഫോർ യു ചാന ലിലെ പഴയ ഹിന്ദിപ്പാട്ടുകളിലേക്കാണ് മാറുക. അടുക്കളയിൽനിന്നാൽ അലമാരച്ചില്ലിലൂടെ ടെലിവിഷൻ കാണാം. അതു കണ്ടുകൊണ്ടാണ് പിന്നത്തെ ദോശകൾ.

കലാമിതയിൽനിന്ന് അയാൾ പോരുന്നതിനുമുമ്പുള്ള ഒരു പ്രഭാതം.
ഫൈസ് വന്നു. ആഹാരത്തിന്റെ പാത്രം കൈമാറി.
അതുവാങ്ങിക്കൊണ്ട് രാമനാഥൻ പറഞ്ഞു:

"ഞാനിവിടുന്ന് ജോലി മാറാൻ മനസിനെ സജ്ജമാക്കി ഫൈസ്. മുകളിലേക്ക് ഒരു റികുസ്റ്റ് കൊടുക്കാം. ഫൈസോ മറ്റാരെങ്കിലുമോ മുൻ കൈയെടുത്ത് ഈ സ്ഥലം വിൽക്കാൻ വേണ്ട ഏർപ്പാടുകൾ ചെയ്യണം."

"എന്നിട്...?"

"മാറ്റം കിട്ടുന്നിടത്തേക്ക് പോകും. അതെവിടെയായാലും."

"പക്ഷേ..ഇത്..?"

"സീതയുടെ ഓർമകളുള്ള, വിവാഹം കഴിഞ്ഞ് ഒന്നരമാസത്തെ വാട കജീവിതത്തിനുശേഷം സ്വന്തമായി വാങ്ങി അന്നുമുതൽ പാർക്കുന്ന ഈ വീട് വിടാനാവുമോ എന്നല്ലേ..?"

ഫൈസ് വേദനയോടെ രാമനാഥനെ നോക്കി. രാമനാഥൻ ബാക്കി കൂടി പറഞ്ഞു:

"കഥകളിൽ വായിച്ചിട്ടുള്ളത് അങ്ങനെയല്ല അല്ലേ.. എന്നാൽ സീത മരിച്ചു ഫൈസ്..അത് സത്യമല്ലേ..?"

സമ്മതിക്കാതെ തരമില്ലാത്തതിനാൽ ഫൈസ് പറഞ്ഞു:

"അതെ. ശരിയാണ്."

"എങ്കിൽ ഞാനിവിടെ തുടർന്ന് താമസിക്കുന്നതിൽ അർഥമില്ല."

രാമനാഥൻ ഓർത്തു. അന്നുരാത്രി.

സീത പറഞ്ഞു:

"എട്ട് വർഷമായി പെയിന്റടിച്ചിട്ട്.. ഒട്ടും മുഷിഞ്ഞിട്ടില്ല. എങ്കിലും നമു ക്കൊന്ന് പെയിന്റടിക്കണ്ടേ....?"

രാമനാഥൻ ഭാര്യയെനോക്കി. ഈ വീട് വാങ്ങാൻ വരുമ്പോൾ പ്രധാന റോഡിൽനിന്ന് തിരിയുന്നിടത്ത് കരുണാകരൻ നമ്പ്യാരുടെ ഇരു നില വീട് മാത്രമേ അന്നുണ്ടായിരുന്നുള്ളൂ. പിന്നീട് എത്രയെത്ര മല യാളിവീടുകൾ വന്നു. അതിൽ മിക്കതിന്റെയും കയറിത്താമസത്തിന് ഇരു വരും പോയിട്ടുമുണ്ട്. എല്ലായിടത്തും നിലവിളക്കായിരുന്നു സീത ഉപ ഹാരം കൊടുക്കാനായി വാങ്ങിയത്. ഓരോ പുതിയ വീടിന്റെയും പടി വരെ അയാൾ നിലവിളക്ക് പൊതി കൈയിൽ പിടിക്കും. പടി കടക്കും മുമ്പ് അത് സീതയ്ക്കു കൈമാറും. അയാളും അൽപ്പം പിന്നിലേക്കു മാറും. വൈകാതെ അതൊരു മലയാളി കോളനിയായി. മുപ്പത്തിയാറ് വീടുകൾ ഉൾപ്പെട്ട കീർത്തി നഗർ. പലരും വർഷാവർഷം ചായം പൂശി വീട് മോടിയാക്കി. അതേനിറത്തിൽ മാറ്റമില്ലാതെ കിടന്നത് അവരുടെ വീട് മാത്രമാണ്.

"സീതേ..നമുക്കൊന്ന് യാത്ര പോകാം."

പതിനെട്ട് ദിവസത്തെ കിഴക്കേന്ത്യൻ യാത്രയ്ക്കുശേഷം അവർ തിരിച്ചെത്തുമ്പോഴേക്കും വീട് ചായം പൂശി കരാറുകാരൻ ഭംഗിയാക്കി യിട്ടിരുന്നു. വളരെപ്പെട്ടെന്ന് അതൊരു പുതിയ വീടായി മാറിയിരുന്നു.

രാമനാഥൻ സ്ഥലം മാറിപ്പോയേക്കുമെന്ന ഊഹം വളരെപ്പെട്ടെ ന്നാണ് പ്രചരിച്ചത്. അതറിഞ്ഞതോടെ കീർത്തി നഗറിൽ ഒടുവിലെത്തിയ മലയാളി താമസക്കാരനായ സാജുവും ഉത്തരേന്ത്യക്കാരിയായ ഭാര്യയും ഓടിയെത്തി. അവരാണ് രാത്രി ഭക്ഷണം പതിവായി കൊടുത്തിരുന്നത്.

"രാമേട്ടൻ ഇവിടെനിന്നു പോകുമ്പോൾ ഞങ്ങൾക്കത് വല്ലാത്തൊരു ശൂന്യതയായിരിക്കും."

രാമനാഥൻ അവരെ നോക്കി. സീതയുണ്ടായിരുന്നതുകൊണ്ട് തങ്ങൾക്ക് ഇതുവരെ സാധിക്കാതിരുന്ന ഒരവകാശം ഇപ്പോൾ സാധ്യ മായതിന്റെ ആഹ്ലാദത്തിലായിരുന്നു അവർ. അന്ന് രാത്രി സീത വേദന യെടുത്തു വീണപ്പോൾ കാറുമായി ആദ്യം ഓടിയെത്തിയതും അയാൾ ക്കൊപ്പം സീതയെ താങ്ങി ആശുപത്രിയിലെത്തിച്ചതും അവരാണ്. സാജുവിന്റെ ഭാര്യ നാല് മാസം ഗർഭിണിയാണ് ഇപ്പോൾ.

"രാമേട്ടാ.. അന്ന് ഇവളുടെ വീട്ടുകാരയച്ച പൊലീസുകാർ വന്ന പ്പോൾ സീതച്ചേച്ചി വീട്ടിനകത്തുകേറ്റാതെ തടുത്ത ഒരേയൊരുകാര്യം മതി.. അന്ന് സീതച്ചേച്ചി അത് ചെയ്തില്ലായിരുന്നെങ്കിൽ.."

രാമനാഥൻ കൈയുയർത്തി തടഞ്ഞു. പിന്നെ പറഞ്ഞു:

"പ്രാക്ടീസ് ചെയ്യാൻ ഇഷ്ടമില്ലാഞ്ഞിട്ടാണ്. സന്നതെടുത്ത ആളാണ് സീത."

രാമനാഥൻ അതുപറയുമ്പോൾ അഭിമാനത്തോടെ ചിരിക്കുന്നുണ്ടാ യിരുന്നു. സാജു നിർബന്ധിച്ചു.

"രാമേട്ടാ, ആറുമാസം കൂടി.. ഞങ്ങളുടെ മോനെ കണ്ടിട്ട്.."

"വരാം."

അത്രമാത്രമേ രാമനാഥൻ പറഞ്ഞുള്ളൂ. അയാൾക്കറിയാമായിരുന്നു സീത ഇല്ലാതെ ഒരു പരിപാടിയിലും പങ്കെടുക്കാൻ അയാൾക്കാവുകയി ല്ലെന്ന്.

ഒന്നിച്ചാണ് പോവുന്നതെങ്കിലും സീതയാണ് സമ്മാനങ്ങൾ കൊടു ക്കുക. കീർത്തി നഗറിലെ താമസക്കാർക്കും അവരുടെ ആരുടെയൊക്കെ ബന്ധുക്കൾക്കും കുട്ടികളുണ്ടായിട്ടുണ്ടോ അപ്പോഴൊക്കെ കാണാനെ ത്തുന്ന രണ്ടുപേരായിരുന്നു രാമനാഥനും സീതയും. ആദ്യത്തെ ഉടുപ്പു കൾ മുതൽ ചിലപ്പോൾ കുട്ടിക്ക് സ്വർണവും വരെ വാങ്ങിയിട്ടേ അവർ ചെല്ലൂ.

ആശുപത്രിയിലെത്തുന്നതോടെ അയാൾ സീതയുടെ പിന്നിലേക്കു മാറും. ഇരുകൈയിലും സമ്മാനങ്ങൾ തൂക്കി തലയുയർത്തി സീത തിര ക്കിട്ട് മുന്നിൽ നടക്കും. അയാളുടെ കൈയിൽ മിക്കവാറും ഉണ്ടാവുക കൊതുകുവലക്കുട മാത്രമാണ്. അത് നേർത്ത സങ്കോചത്തോടെ അയാൾ ചുരുട്ടി പിന്നിൽ പിടിച്ചിട്ടുണ്ടാവും.

മുറിയിലേക്ക് ആദ്യം കയറുന്നതും സീതയാണ്. അവർ അകത്തു പോയി ഇറങ്ങിവന്ന് വിളിക്കുമ്പോഴേ അയാൾ കയറൂ. സാരിത്തലപ്പ് ഇടു പ്പിൽ കുത്തിയ തൂവലയ്ക്കൊപ്പം തിരുകി കുഞ്ഞിനെ ആദ്യമെടുക്കു ന്നതും സീത തന്നെ. സീത കുഞ്ഞിനെ ഉയർത്തി തന്റെ മാറോട് ചേർ ത്തുപിടിക്കുന്നതുവരെ അയാൾ അറിയാതെ വയർ എക്കിപ്പിടിച്ചുപോകും. ശ്വാസവും അടക്കിപ്പിടിക്കും. അതൊന്നും ആരുമറിയാതിരിക്കാൻ ചുറ്റിനും നോക്കുകയും ചെയ്യും. അയാൾ ഒരിക്കലും കുഞ്ഞിനെ കൈ യിൽ വാങ്ങുകയില്ല. ചുംബിക്കുകയുമില്ല. സീതയോട് ചേർന്നുനിന്ന് കുഞ്ഞിന്റെ ഇറുക്കെയടച്ച മിഴികളിലേക്കും മുഖത്തേക്കും നോക്കുക യേയുള്ളൂ. സീത അതിനോട് കുറെയൊക്കെ വർത്തമാനം പറയും. അയാൾ തനിക്കങ്ങനെ പൂർണമായും മുഴുകാനാവുന്നില്ലല്ലോ എന്ന ജാള്യ ത്തോടെ മറ്റുള്ളവരെ വീക്ഷിച്ചും വീക്ഷിക്കാതെയും അങ്ങനെ പൊരു ത്തപ്പെടാൻ ശ്രമിക്കും. പിന്നീട് വളരെ നേരം കഴിഞ്ഞ് ഇറങ്ങിനടക്കു മ്പോൾ അയാൾ ചുറ്റിനും കണ്ടതെല്ലാം ഓർമിച്ച് സീതയോട് പറയും.

"ഇടത്തുവശത്തുനിന്ന സ്ത്രീയില്ലേ കുട്ടീടെ അമ്മേടെ താഴെയു ള്ളതാന്നു തോന്നുന്നു.. അത് നമ്മുടെ തൊട്ടില് തിരിച്ചും മറിച്ചും നോക്കി ഇഷ്ടപ്പെടാതെ നിൽക്കുവായിരുന്നു.. ആ കഷണ്ടിക്കാരനില്ലേ, നമ്മൾ ചെന്നപ്പോൾ പുറത്തേക്കുപോയ ആൾ. ഓാ.. അയാൾ ഇടക്കൊന്നുകൂടി വന്ന് എത്തിനോക്കി പോയി. നീ കുഞ്ഞിനെ നെറുകയിലേക്ക് ഉയർത്തി കൊഞ്ചിച്ചപ്പോൾ ആ ജോലിക്കാരി തള്ള പിറുപിറുക്കുന്നുണ്ടായിരുന്നു.."

അങ്ങനെ രാമനാഥൻ ഓരോന്ന് പറയുമ്പോൾ സീത അതൊന്നും കണ്ടില്ലെന്ന് പറയും. സീത കുഞ്ഞിനെ മാത്രമേ കണ്ടിട്ടുണ്ടാവൂ.

കുട്ടിയെ കാണാൻ നിൽക്കുന്ന കാര്യത്തിൽ കൂടുതൽ നിർബന്ധി ച്ചിട്ട് കാര്യമില്ലെന്നു മനസിലായപ്പോൾ സാജുവും ഭാര്യയും പാത്രങ്ങ ളുമെടുത്ത് കടന്നുപോയി.

രണ്ടാഴ്ചയ്ക്കുശേഷം ഫൈസും ജമീലയും മക്കളും കാണാൻ വരു മ്പോൾ രാമനാഥൻ ഉമ്മറത്ത് തന്നെയുണ്ടായിരുന്നു. സീത മരിക്കുന്ന തിനുമുമ്പും ഇടയ്ക്കിടെ അവരങ്ങനെ വരാറുണ്ടായിരുന്നു. വന്നുകയ റിയതേ ഫൈസ് പറഞ്ഞു:

"രാമേട്ടാ.. പതിന്നാല് ലക്ഷം ഉറുപ്പികയ്ക്ക് കച്ചോടാക്കിത്തരാമെന്നാ പലരും പറയണേ. പക്ഷേ ഇതിന് കണ്ണുമടച്ച് ഇരുപത് കിട്ടും. ഇപ്പോ കൊടുക്കേണ്ട. അവസ്ഥ അറിയാവുന്നോര് വില ചവിട്ടുന്നതാ.. ബ്രോക്കർ മാരും കളിക്കും."

ജമീല പറഞ്ഞു:

"വൈകുന്നേരാവുമ്പോ രണ്ട് കുട്ട്യോളെ ഇങ്ങട്ട് അയക്കാം. രാമേ ട്ടന് ഈ ഒറ്റപ്പെടല് മാറിക്കിട്ടാനതു പോരേ?"

അവർക്ക് നാലുമക്കളാണ്. മൂത്തത് മൂന്നുപെണ്ണും ഇളയത് ആണും. ഇളയതിന് രണ്ടുവയസ്സ് കഴിഞ്ഞിട്ടില്ല. മൂത്തവൾക്ക് പതിനൊന്നു വയസു കഴിഞ്ഞു. രാമനാഥൻ പറഞ്ഞു.

"അതൊന്നും വേണ്ട.. ഇക്കാര്യം ഞാൻ തീരുമാനിച്ചുപോയി."

ജമീല പിന്നെയും സ്ത്രീകളുടേതായ സാമർഥ്യത്തോടെ പറഞ്ഞു, ഒരു അവസാന ശ്രമമെന്നപോലെ:

"സീതേച്ചി ഉണ്ടെങ്കിൽ ഇതൊന്നും സമ്മതിക്കില്ലായിരുന്നൂട്ടോ."

രാമനാഥൻ പതിയെ പറഞ്ഞു:

"സീത ഇല്ലല്ലോ ജമീലേ.."

ആരുമൊന്നും മിണ്ടിയില്ല. പുറത്ത് ഗേറ്റിനരികിൽ ജോലി കഴിഞ്ഞെ ത്തിയ അനില് പരേഷ് കാർനിർത്തി കുശലം ചോദിച്ചിട്ട് കടന്നുപോയി. തുറമുഖത്തുനിന്ന് ഏതോ കപ്പലിന്റെ സൈറൺ. രാമനാഥൻ ഓർത്തു.

ഈ സ്ഥലം വീടടക്കം വാങ്ങുമ്പോൾ അന്ന് വില ആറു ലക്ഷമായി രുന്നു. അന്നത് സംഘടിപ്പിക്കാൻ വല്ലാതെ ബുദ്ധിമുട്ടി. സീതയുടെ ആഭ രണങ്ങളെല്ലാം വിൽക്കുകയും—പഠിക്കുന്ന കാലത്തേ ട്യൂഷൻ ടീച്ചറായി ജോലി ചെയ്ത് അവൾ സമ്പാദിച്ചിട്ടുള്ളതാണ് അത്—പോരാത്തതിന് ബാങ്കിൽനിന്ന് വായ്പയെടുക്കുകയും അയാളുടെ നിക്ഷേപം മുഴുവൻ

അക്കാര്യത്തിനായി പിൻവലിക്കുകയും ചെയ്തിരുന്നു. പിന്നീട് കാലാ
ന്തരത്തിൽ പോയതെല്ലാം വീണ്ടെടുത്തു. എന്നിട്ടും സീതയ്ക്ക് സ്വർണ
മെന്നാൽ താലിയിട്ട മാല മാത്രമായി. ബാക്കിയൊക്കെ അവൾ ബാങ്കിൽ
വച്ചുപൂട്ടി.

ഫൈസ് ഒന്നുകൂടി പറഞ്ഞു.

"ഞങ്ങൾക്ക് ശകാരിക്കാൻ കഴിയില്ല. പക്ഷേ രാമേട്ടൻ മണ്ടത്തരം
കാട്ടരുത്. സ്ഥലം വിൽപ്പനയ്ക്ക് ഇപ്പോൾ ധൃതി വേണ്ട."

രാമനാഥൻ ആലോചിച്ചിരുന്നു. ഫൈസും ജമീലയും മുഖത്തോട്
മുഖം നോക്കി. ഓടിക്കളിക്കേണ്ട പ്രായമായിട്ടുകൂടി കുട്ടികളും അച്ചടക്കം
പാലിച്ച് ഇരിക്കുകയായിരുന്നു. വളരെനേരം കഴിഞ്ഞ് രാമനാഥൻ അവ
രോട് പറഞ്ഞു:

"സീതയും ഞാനും ഇത് വാങ്ങുമ്പോൾ ഇതിന്റെ വില ആറുലക്ഷം
ഉറുപ്പികയായിരുന്നു. ഇന്നിപ്പോ ഇരുപത് കഴിഞ്ഞുന്നും ഇനീം കൂടു
മെന്നും നിങ്ങള് പറയുന്നു. അത് വാസ്തവവുമാണ്. ഫൈസിന്റെ
കൈയിൽ എനിക്കുതരാൻ ആറുലക്ഷം ഉണ്ടോ.. സ്ഥലം വ്യവസ്ഥ
യാക്കാം."

ഫൈസും ജമീലയും പകച്ചുനോക്കി. അവരുടെ മുഖമാകെ വിളറി.
ഒരു കുറ്റബോധംപോലും അതിൽ നിഴലിച്ചിരുന്നു.

"രാമേട്ടാ.. ഇത്.. ഇത്.. നല്ല വില കിട്ടുന്ന പ്ലോട്ടാ.. അതല്ലാതെ
വേറൊന്നും ഞാൻ ഉദ്ദേശിച്ചിട്ടേയില്ല. ഒരിക്കലും അങ്ങനെ വിചാരിക്ക
പോലും ചെയ്യില്ല."

അയാൾക്ക് തന്നെയെങ്ങനെ വിശ്വസിപ്പിക്കണമെന്ന് അറിയില്ലാത്ത
പോലെ തോന്നി. ജമീലയും വല്ലാത്ത പരുങ്ങലിലായി. അവൾക്ക് വാക്കു
കൾ തടഞ്ഞു. പക്ഷേ അതൊന്നും ശ്രദ്ധിക്കാതെ രാമനാഥൻ പറഞ്ഞു:

"ഫൈസിന് ഈ വിലയ്ക്ക് ഇഷ്ടാണെങ്കിൽ ഇതെടുക്കാം. എന്റെ
ബാക്കികാലം ഒരു വാടകമുറിക്ക് വാടക കൊടുക്കാൻ ആ ആറുലക്ഷം
ധാരാളാ.."

അങ്ങനെയാണ് അത് കച്ചവടമായത്.

രാമനാഥൻ വാണിഭക്കാർക്കിടയിലൂടെ കടവലാതിയാറിലെ തെരു
വുകളിലൂടെ നടന്നു. തലപ്പാവ് വച്ച പല കച്ചവടക്കാരും അയാളെ കൈ
മാടിവിളിച്ചു. ചീരക്കെട്ടാണ് ആദ്യം കണ്ണിൽപ്പെട്ടത്. വെള്ളം തളിച്ചുവ
ച്ചിരിക്കുന്ന ചെഞ്ചീരക്കെട്ട്. അപ്പുറത്ത് പച്ചച്ചീരയുടെ കെട്ടുകൾ.

"ഒന്നു വേണോ രണ്ട് വേണോ സാബ്..?"

കുടത്തിലെ മുഷിഞ്ഞ വെള്ളം ചീരയ്ക്കുമേൽ കുടഞ്ഞ് വിൽപ്പന
ക്കാരി ചോദിച്ചു. രാമനാഥൻ ഓർത്തു.

ആഴ്ചയിൽ ഒന്നോ രണ്ടോ എന്ന കണക്കിന് സിനിമയ്ക്ക് പോകു
ന്നതായിരുന്നു രാമനാഥന്റെയും സീതയുടെയും പ്രധാനവിനോദം. അധി
കവും ഹിന്ദി-ഇംഗ്ലീഷ് സിനിമകൾ. പിന്നെ വല്ലപ്പോഴും വരുന്ന മലയാളം
പടങ്ങളും. പക്ഷേ അയാൾക്ക് പുറത്തെ ഭക്ഷണശാലയിലെ ആഹാരം

ഇഷ്ടമായിരുന്നില്ല. എന്നാൽ സീതയ്ക്കത് വളരെ ഇഷ്ടമായിരുന്നു. അ
യാളും ആഹ്ലാദം ഭാവിച്ച് ഭാര്യക്കൊപ്പം കഴിക്കും. അത് സീത കഴിക്കാൻ
വേണ്ടിയാണ്. ഭക്ഷണശേഷം വീട്ടിലെത്തിക്കഴിയുമ്പോൾ അയാൾ
പറയും:

"എന്തോ വയറിന് പിടിക്കായ്ക.. അതോ വിശപ്പാണോ എന്നറി
യില്ല. നീ എന്തെങ്കിലും ഉണ്ടോന്ന് നോക്ക്.."

പിന്നെപ്പിന്നെ സീതയ്ക്കത് ശീലമായി. സിനിമ കഴിഞ്ഞ് ഭക്ഷണം
കഴിച്ചാലും വീട്ടിലെത്തിയാൽ സാരി മാറാൻ നിൽക്കാതെ സീത അടു
ക്കളയിൽക്കയറും. പിന്നാലെ ചെന്നിട്ട് അയാൾ നിർബന്ധിക്കും:

"അതേ... വിസ്തരിച്ചൊന്നും വേണ്ട. അത്രയ്ക്കൊന്നുമില്ല വിശപ്പ്.
രസായാലും മതി."

സീത തിരിഞ്ഞുനോക്കി ചിരിക്കും. രസം മതി എന്നു പറഞ്ഞാലും
അവൾ ഉപായത്തിൽ രണ്ട് കൂട്ടാനുണ്ടാക്കി ഉണ്ണാൻ വിളിക്കും. അയാൾ
ഉണ്ണുന്നതിനിടയിൽ പോയി വേഷം മാറിവരും.

ചന്തയിലൂടെ രാമനാഥൻ ഒരു ചിരിയോടെ നടന്നു.

കടവലാതിയാർ ശരിക്കുമൊരു ഗ്രാമപ്രദേശമാണ്. രണ്ട് സംസ്ഥാ
നങ്ങൾക്കിടയിലെ അതിർത്തി. കലാമിതയിൽനിന്ന് പതിനൊന്നുമണി
ക്കൂറിന്റെ യാത്രയുണ്ട് അവിടേക്.

രാമനാഥനിൽനിന്ന് വാങ്ങിയ വീട്ടിലായിരുന്നു ഫൈസിന്റെയും ജമീ
ലയുടെയും പിന്നീടുള്ള താമസം. അവർ ആദ്യം താമസിച്ചിരുന്ന രണ്ടു
മുറിവീട് ഫൈസ് മോശമല്ലാത്ത സംഖ്യക്ക് മറ്റൊരാൾക്ക് വാടകയ്ക്ക്
കൊടുത്തിരുന്നു. ആറുലക്ഷത്തിൽ മൂന്നുലക്ഷം ഒരുവർഷത്തിനുശേഷം
തീർക്കാം എന്നായിരുന്നു രാമനാഥനോടുള്ള വ്യവസ്ഥ.

രാമനാഥൻ പോയിക്കഴിഞ്ഞ് നാലുമാസം കഴിഞ്ഞതോടെയാണ്
ഫൈസിനും ജമീലയ്ക്കും വേവലാതിയായത്. കലാമിതയിൽനിന്ന്
പോയതോടെ രാമനാഥൻ സെൽഫോൺ ഉപേക്ഷിച്ചിരുന്നു. ഓഫീസ്
നമ്പരായിരുന്നു ശരണം. ഫൈസ് പലപ്പോഴും വിളിക്കാൻ മറക്കും. വൈ
കിട്ട് വീട്ടിലെത്തുമ്പോൾ ജമീല തിരക്കും. രാമേട്ടനെ വിളിച്ചിരുന്നോ.
അപ്പോഴാവും അയാൾ ഓർക്കുക. അയാൾ ഭാര്യയോട് കള്ളം പറയും.

"ഉം.. വിശേഷമൊന്നുമില്ല.. സുഖായിരിക്കുന്നു."

"ആ മനുഷ്യന് ഇനി എന്തു വിശേഷമുണ്ടാവാൻ..!"

ജമീല തിരിച്ചു ചോദിക്കും.

ഒരുദിവസം രാമനാഥന്റെ ഓഫീസിലെ ഫോണിലേക്ക് വിളിച്ചപ്പോൾ
ഫൈസിന് വിചിത്രമായ മറുപടിയാണ് കിട്ടിയത്. രാമനാഥൻ ഓഫീ
സിൽ വന്നിട്ട് രണ്ടാഴ്ചയായി. അന്വേഷിച്ചുചെല്ലാനാണെങ്കിൽ അയാൾ
താമസിക്കുന്ന സ്ഥലം അവർക്കറിഞ്ഞുകൂടാ. ആരോടും പറഞ്ഞിട്ടുമില്ല.
ഇതിനകം ആരെയും താമസസ്ഥലത്തേക്ക് കൊണ്ടുപോയിട്ടുമില്ല.
ഫൈസ് വല്ലാതെ പരിഭ്രമിച്ചു. ഈ മനുഷ്യന് എന്തുപറ്റി?

അങ്ങനെയാണ് രാമനാഥനെ അന്വേഷിച്ച് ഫൈസ് കടവലാതിയാ റിലേക്ക് പോയത്. ഒപ്പം കാന്തിലാൽ എന്ന സഹപ്രവർത്തകനെയും കൂട്ടി. പകലോളം നീണ്ടുനിന്ന ആ യാത്രയിൽ മിക്കസമയവും രാമനാ ഥനെന്ന മനുഷ്യനെപ്പറ്റി ആലോചിക്കുകയായിരുന്നു ഫൈസ്.

ഫൈസും കാന്തിയും കടവലാതിയാറിൽ എത്തുമ്പോഴേക്കും നേരം സന്ധ്യ കഴിഞ്ഞിരുന്നു. വളരെ നേരത്തെ തിരച്ചിലിനൊടുവിൽ അന്ന ത്തെ ശ്രമം നിർത്തി അവർ ഒരു ലോഡ്ജിൽ കിടന്നു. പിറ്റേന്ന് ഉച്ചയോ ടെയാണ് അവർക്ക് രാമനാഥൻ താമസിക്കുന്നതെന്നു കരുതുന്ന വീട് കണ്ടുപിടിക്കാനായത്. തികച്ചും ഒറ്റപ്പെട്ട ഒരു പ്രദേശമായിരുന്നു അത്.

അവർ ചെല്ലുമ്പോൾ ആ വീട് അടഞ്ഞുകിടക്കുകയായിരുന്നു. ആൾ പ്പാർപ്പില്ലാത്ത വീടുപോലെയാണ് അത് തോന്നിച്ചത്. അവിടെ രാമനാഥ നാണോ താമസിക്കുന്നതെന്ന് ഉറപ്പാക്കാൻ യാതൊരു വഴിയുമുണ്ടായി രുന്നില്ല.

കത്തുന്ന അലമാരയും തുണികളും മൗനവ്രതവും രാമനാഥൻ ജീവിതത്തിൽ പ്രയോഗിച്ചിട്ടുള്ളത് ഫൈസ് ഓർത്തു. അയാൾ ഭീതി യോടെ മുറ്റത്തുനിന്ന് അകത്തേക്ക് നോട്ടമയച്ചു. വല്ലാത്തൊരു ശൂന്യത അയാളെ തൊട്ടു. ഫൈസ് തിരിഞ്ഞ് കാന്തിയെ നോക്കി. കാന്തിയുടെ മുഖത്തും കരിനിഴൽ.

"രാമേട്ടാ..?"

ഫൈസ് ഉറക്കെ വിളിച്ചു. ഒന്നല്ല രണ്ടുവട്ടം. ആളെ കണ്ടില്ലെങ്കിലും അൽപ്പം കഴിഞ്ഞപ്പോൾ അകത്തുനിന്ന് എന്തോ നിരങ്ങുന്ന ശബ്ദം അവ്യക്തമായി അവർ കേട്ടു. ഫൈസിന് നേരിയതോതിൽ നെഞ്ചിടിപ്പു യർന്നു. അൽപ്പം കഴിഞ്ഞപ്പോൾ കുളിച്ചുവൃത്തിയായ രാമനാഥൻ അക ത്തുനിന്ന് ധൃതിയിൽ ഇറങ്ങിവന്നു. അതോടൊപ്പം എന്തോ ചത്ത മണവും പുറത്തേക്ക് കുത്തിയൊലിച്ചു. അവരെ കണ്ടതേ രാമനാഥൻ ചിരിച്ചു.

"ഫൈസ് എപ്പോഴാ വന്നത്.. മക്കളെ കൊണ്ടുവന്നോ?"

"രാമേട്ടാ.."

അമ്പരപ്പോടെ ഉമ്മറത്തേക്ക് കയറിക്കൊണ്ട് ഫൈസ് മൂക്കുചുളിച്ചു. വല്ലാത്തൊരു മണം അവിടെയുണ്ടായിരുന്നത് അയാൾക്ക് അനുഭവപ്പെ ട്ടിരുന്നു.

"ഞാൻ വേഷം മാറിവരാം. നമുക്ക് പുറത്തുപോയി ചായ കുടിക്കാം."

അവരുടെ ഭാവമാറ്റം ശ്രദ്ധിക്കാതെ രാമനാഥൻ പറഞ്ഞു. ഫൈസ് തലയാട്ടി. അപ്പോഴും അയാൾ മണം പിടിക്കുന്നുണ്ടായിരുന്നു. കാന്തിക്കും സംശയമുണ്ടെന്ന് ഫൈസിന് അതോടെ വ്യക്തമായി. അത് അയാൾക്ക് ധൈര്യം പകർന്നു. രാമനാഥൻ വേഷം മാറാൻ പോയപ്പോൾ ഫൈസും അകത്തേക്ക് കയറി.

അകത്ത് ഗ്യാസ് സ്റ്റൗവോ പാത്രങ്ങളോ മണ്ണെണ്ണ അടുപ്പോ ഒന്നു മുണ്ടായിരുന്നില്ല. വച്ചുണ്ണാൻ ഒരു മേശപോലും. രാമനാഥൻ വേഷം

മാറുന്ന അടച്ചിട്ട മുറിയാവും കിടപ്പുമുറി. അതല്ലാതെയുള്ള മുറികളെല്ലാം ശൂന്യമായിക്കിടക്കുകയായിരുന്നു. പിന്നെ എവിടെനിന്നാണ് ദുർഗന്ധം?

ഫൈസും കാന്തിയും മുഖത്തോടുമുഖം നോക്കി. ഫൈസ് മുന്നോട്ടു ചെന്ന് ഒരു സംശയത്തോടെ അടുക്കളയ്ക്ക് അടുത്തുള്ള കലവറയുടെ കതക് തള്ളിത്തുറന്നു. അയാൾ പിന്നോട്ടു ചാടിപ്പോയി. ചീഞ്ഞ വാട മൂക്കിലടിച്ചപ്പോൾ മുഖം വെട്ടിച്ച് കാന്തിയും തലകുടഞ്ഞു. അവിടെ കാണുന്നതൊന്നും അവർക്ക് മനസിലായില്ല. മനസിലായപ്പോൾ അവ രുടെ മുഖങ്ങൾ വിളറിപ്പോയി.

അടുക്കളയിൽ കൂനകൂടി പല ദിവസങ്ങളിലായി വാങ്ങിയ പലതരം പച്ചക്കറിസഞ്ചികൾ ഇരിപ്പുണ്ടായിരുന്നു. അവയിൽ അടുത്തകാലത്ത് വാങ്ങിയതൊഴികെ ബാക്കിയെല്ലാം ചീഞ്ഞുതുടങ്ങിയിട്ടുണ്ട്. നിലത്തും ഭിത്തികളിലും പുഴുക്കൾ പുളയ്ക്കുന്നു. ഇലകൾ അഴുകിയൊഴുകിയ അഴുക്കുവെള്ളം പലയിടത്തും. മൂളിപ്പറക്കുന്ന ഈച്ചകൾ. ചില സഞ്ചി കളിൽനിന്ന് വിത്തുകൾ പൊട്ടി തളിരുകൾ നാമ്പിട്ടിരുന്നു. അസഹ്യമായ ദുർഗന്ധമാണ് എല്ലാത്തിൽനിന്നുമുയർന്നത്.

അപ്പോൾ രാമനാഥൻ അകത്തുനിന്ന് ആരോടോ യാത്ര പറയുന്നത് ഫൈസും കാന്തിയും വ്യക്തമായും കേട്ടു.

ചക്ക

ഒരു രാത്രിയാത്രയിൽ അപ്രതീക്ഷിതമായിട്ടാണ് പ്രീമിയർ ജംഗ്ഷ നിലിറങ്ങി വീട്ടിലേക്ക് പോകേണ്ടിവന്നത്. പതിനഞ്ച് നിമിഷമെടുക്കുന്ന ആ ഹ്രസ്വയാത്രക്കിടയിൽ, കൃത്യം അവിടെവെച്ച് ഓട്ടോറിക്ഷ നിന്നുപോ വുകയായിരുന്നു. കുറേനേരം കിക്കർ വലിച്ച് വണ്ടിയെ ഉണർത്താൻ ശ്രമിച്ചശേഷം ഇനിയെന്തുചെയ്യുമെന്ന മട്ടിൽ ഓട്ടോ ഡ്രൈവർ തലതി രിച്ച് എന്നെ നോക്കി. ആകാശത്ത് അങ്ങിങ്ങ് കാർമേഘങ്ങളുണ്ടായിട്ടും മങ്ങിയ നിലാവുണ്ട്. എതിരെ വാഹനങ്ങളൊന്നും വരുന്നുണ്ടായിരുന്നില്ല. ഈ അസമയത്ത് വഴിയിൽ ആളുകളെ പ്രതീക്ഷിക്കുന്നതും തികഞ്ഞ വിഡ്ഢിത്തമാണ്. ഓട്ടോയിൽനിന്ന് പുറത്തേക്ക് ഇറങ്ങിക്കൊണ്ട് ഞാൻ പറഞ്ഞു:

"സാരമില്ല. ഇനി നടന്നോളാം. ഇവിടെ അടുത്താണ്.."

അയാൾ വണ്ടിക്കുള്ളിലെ വെളിച്ചമിട്ടു. ഞാൻ പണമെണ്ണി നൽകി യശേഷം ഒരു പയ്യനെപ്പോലെ തോന്നിച്ച ഡ്രൈവറോട് ചോദിച്ചു:

"അല്ല. അനങ്ങാത്ത ഈ വണ്ടി ഇനി താനെന്തുചെയ്യും."

കഴിഞ്ഞ രണ്ടുമൂന്ന് വർഷമായി രാത്രി ഒൻപത് മണി കഴിഞ്ഞാൽ നഗരത്തിലും പരിസരങ്ങളിലും ആളൊഴിയും. വീടിനു പുറത്തോ ഗേറ്റി നരികിലോനിന്ന് രാത്രി സംസാരിക്കുന്നതുപോലും ശിക്ഷിക്കപ്പെടാവുന്ന ഒരു കുറ്റമായിട്ടാണ് ആളുകളിൽ പലരും പരിഗണിക്കുന്നത്. ചെറിയ വഴിക്കവലയിലോ മതിലരികിലോ ആരെയെങ്കിലുമൊക്കെ അങ്ങനെ കണ്ടെത്തിയാലും സംശയത്തോടെയേ നമുക്ക് നോക്കാനൊക്കൂ.

ഓട്ടോറിക്ഷ നിന്നുപോയിരിക്കുന്ന സ്ഥലം വിജനപ്രതീതിയുള്ള ഒരു ചതുപ്പാണ്. അത്ര വിസ്തൃതമായിട്ടൊന്നുമില്ല. പഴയ വയലും തോടും ഇടിഞ്ഞുതൂർന്ന് പുല്ലും ചെളിയുമായി മാറിയതാണ്. ധാരാളം വീടു കൾക്കിടയിൽ ഏറെക്കുറെ ഒറ്റപ്പെട്ട് ഏതൊക്കെയോ പോയകാലത്തിന്റെ

നിഗൂഢഭാവങ്ങളും രഹസ്യങ്ങളും പേറിയാണ് ആ സ്ഥലം കിടക്കുന്ന തെന്ന് അതിലേ കടന്നുപോകുമ്പോൾ എനിക്കു തോന്നാറുണ്ട്.

പകൽസമയം ധാരാളം പോത്തുകളും എരുമകളും എവിടെനി ന്നൊക്കെയോ അവിടെ വന്നു കിടക്കുന്നത് കാണാം. ഇടത്തരക്കാരും ഉദ്യോഗസ്ഥരുമായ നഗരവാസികൾക്ക് നായ്ക്കളെപ്പോലും വളർത്താ നുള്ള ചുറ്റുപാടുകൾ ഇല്ല. ചിലപ്പോൾ നഗരപ്രാന്തത്തിലുള്ള ചുരുക്കം പാവപ്പെട്ടവരുടെ കറവ എരുമകളായിരിക്കാം അവ. കൊറ്റികളും താറാ വുകളും തെരുവുനായ്ക്കളും ദേശാടനപ്പക്ഷികളും ആ ചതുപ്പിൽ വരാ റുണ്ട്.

ചതുപ്പിന് അപ്പുറം മതിൽ കെട്ടിയിട്ടിരിക്കുന്ന ചെറിയൊരു വളപ്പാണ്. നാലഞ്ച് ഏക്ര ഉണ്ടാവും. അതിനുള്ളിൽ പലതരത്തിലുള്ള പാഴ്മരങ്ങൾ വളർന്നുനിൽക്കുന്നുണ്ട്. ഗേറ്റിനരികിൽ തുരുമ്പിച്ച തകരഫലകം. ഡിസൂസ വില്ല. നഗരത്തിൽനിന്ന് അപ്രത്യക്ഷമായിക്കൊണ്ടിരിക്കുന്ന പച്ചപ്പിന്റെ കാഴ്ചകളാണ് ഇത്തരം വളപ്പുകൾ. വൈകാതെ ആ വളപ്പും ആരെങ്കിലും വാങ്ങിപ്പോകും. സ്വാഭാവികമായും ചതുപ്പും അപ്രത്യക്ഷ മാകും. അവിടെയൊക്കെ ഹൗസിങ് കോളനികളുയരും. മുമ്പ് ഒന്നുരണ്ട് തവണ അതുവഴി വരേണ്ടിവന്നപ്പോൾ ഭാര്യയോട് ഞാനത് പറഞ്ഞിട്ടു മുണ്ട്.

അതേ ഡിസൂസ വില്ലയ്ക്കു മുമ്പിലാണ് ഇപ്പോൾ വണ്ടി നിൽക്കു ന്നത്. അതെല്ലാം മനസിൽ വച്ചാണ് ഡ്രൈവറോട് അങ്ങനെ ചോദിച്ചത്. വണ്ടി സ്റ്റാർട്ടാക്കാൻ ശ്രമിക്കുന്നതിനിടെ അയാൾ പറഞ്ഞു:

"ഇതിപ്പോ ശരിയാവും. അല്ലേ ഏതെങ്കിലും വണ്ടി വരും."

"എന്നാ ശരി."

ഇറക്കമിറങ്ങി ചതുപ്പു കാണാവുന്നിടത്ത് എത്തിയപ്പോൾ ഞാൻ നിന്നു. നിലാവിൽ തിളങ്ങിക്കിടക്കുന്ന ജലാർദ്രമായ പ്രദേശം. ഒരു നീളൻ ഞാഞ്ഞൂലിനെപ്പോലെ കിടക്കുന്ന മധ്യരേഖ കരിവെള്ളമൊഴുകുന്ന തോടാണ്. അങ്ങിങ്ങ് ചേമ്പിൻകൂട്ടങ്ങൾ. അതിന്റെ അഴകേറിയ ഇരു ളിമ. ഇറക്കമിറങ്ങി വന്ന റോഡ് വീണ്ടും കയറ്റത്തിലേക്ക് പോകുന്നു.

ഒന്നിനുമല്ലാതെ അങ്ങനെ നിലാവും പരിസരവും കണ്ടുനിന്ന നിമി ഷത്തിൽ കലുങ്കിനു താഴെയായി തഴച്ചുവളർന്നിട്ടുള്ള കരിമ്പച്ചക്കാട് യാദൃച്ഛികമായി ഞാൻ കണ്ടു. ഒരു ഞെട്ടലോടെയാണ് ഞാനത് കുനിഞ്ഞ് നോക്കിയത്. എന്റെ സംശയത്തെ ശരിവയ്ക്കും വിധത്തിൽ വളർന്നി ട്ടുള്ള ഒരുകൂട്ടം പ്ലാവിൻതൈകൾ തന്നെയായിരുന്നു, അത്. പത്തുനാൽ പ്പത്തഞ്ചെണ്ണമെങ്കിലും കാണും.

മേഘങ്ങൾക്കിടയിലെ ചന്ദ്രബിംബം ആകാംക്ഷയോടെ താഴേക്ക് നോക്കുന്നതായി എനിക്കുതോന്നി. തലപൊക്കി ഞാൻ ആകാശത്തേക്ക് നോക്കി. മങ്ങിയ ചാരപ്പൊടിമേഘങ്ങൾക്കിടയിലൂടെ ധൃതിയിൽ ഭൂമിയി ലേക്ക് ചന്ദ്രൻ ഊർന്നിറങ്ങിവരുന്നു. ഉറക്കെ ശ്വാസമെടുത്തുകൊണ്ട് കലുങ്കിലേക്ക് ഞാനിരുന്നു. ഒട്ടിപ്പിടിച്ച് കൂട്ടമായി വളർന്നുപൊങ്ങിയ

പ്ലാവിലകളിൽ ഞാൻ തൊട്ടു. എന്നെ വന്ന് ഒരു വല്ലാത്ത കുളിരുമൂടി. രാത്രിയുടെയോ മഞ്ഞുകാലാവസ്ഥയുടെയോ തരിപ്പായിരുന്നില്ല അത്. ആ പ്ലാവിലകൾക്കു വിത്തു നൽകിയ ഒരു ചക്കയുടെ ഓർമകൾ ഉണർത്തിയ ഞെട്ടലായിരുന്നു.

ആറേഴ് മാസം മുമ്പ് വിഷുവിനോട് അടുപ്പിച്ചാണ്.

ഞാനും ഭാര്യയും താമസിക്കുന്ന വാടകവീടിന്റെ അയൽപക്കത്ത് പ്ലാവുള്ള ഒരു വീടുണ്ട്. ആ പരിസരത്താകെയുള്ള ഒരേയൊരു പ്ലാവ് എന്നുവേണമെങ്കിൽ പറയാം. വർഷങ്ങളായെങ്കിലും നഗരത്തിലെ വാട കക്കാരായ അയൽക്കാരുടെ പൊതുസ്വഭാവത്തിൽ കവിഞ്ഞൊന്നും ഞങ്ങളുടെ അയൽബന്ധത്തിലും ഉണ്ടായിരുന്നില്ല. എന്നിട്ടും ഞായറാ ഴ്ചയുടെ ഉച്ചപ്പാതിയിലിരിക്കുമ്പോൾ നിറയെ കായ്ച്ചു കിടക്കുന്ന പ്ലാവു നോക്കി അന്നാളിൽ ഞാൻ ഭാര്യയോട് പറഞ്ഞു.

"എടോ.. അവരുടെ ചക്ക കണ്ടോ.."

പ്ലാവിന്റെ ഉടമസ്ഥയും അതിനു ചുവട്ടിൽ നിൽപ്പുണ്ട്. അവർക്ക് ഞങ്ങളുടെ സംസാരം കേൾക്കാൻ കഴിയുകയില്ല.

"കാണാമെന്നല്ലാതെ.. കൊതിച്ചിട്ടു കാര്യമില്ലല്ലോ.."

ഭാര്യ പെട്ടെന്നുതന്നെ മറുപടിയും പറഞ്ഞു.

അതവഗണിച്ചുകൊണ്ട് പ്ലാവിൽത്തന്നെ നോക്കി ഞാൻ പറഞ്ഞു.

"അതീന്ന് ഇടിച്ചക്ക വെട്ടണം. എന്നിട്ട് മിക്സിയിൽ വച്ച് ചത യ്ക്കണം. അവനെ ഉഴുന്നും അരിയും വറുത്തിട്ട് ഇടിച്ചക്കക്കൂട്ടാനുണ്ടാ ക്കണം. ഞാൻ തൃശൂരായിരിക്കുമ്പോൾ.."

"കാർത്യായനിയമ്മ അമ്മിക്കല്ലേ വച്ച് ഇടിച്ച് ഇടിച്ചക്കത്തോരൻ ഉണ്ടാക്കിത്തരണ കഥയല്ലേ. അതിവിടെ പലവാരം ഓടിയതാ."

ഞാൻ അവളെ സ്നേഹത്തോടെയും സഹതാപത്തോടെയും നോക്കി. പിന്നെ പതുക്കെ തലയിലൊന്നു തലോടി.

"പറയുമ്പം കാർത്യായനിയമ്മ നായർത്തറവാട്ടിലൊക്കെയാ ജനി ച്ചത്. വടക്കാഞ്ചേരിക്കപ്പുറമാ അവരുടെ വീട്. പക്ഷേ, പത്താംവയസില് വേറേ വീട്ടില് വേലയ്ക്ക് നിൽക്കാനായിരുന്നു യോഗം."

ഞാൻ പറഞ്ഞു.

"ഞാനും ആ നാട്ടുകാരിയൊക്കെ തന്നെയാ.. ചക്ക കൊണ്ടുവന്നാ അസ്സലായിട്ടു വച്ചുതരാം."

ചെറുതും വലുതുമടക്കം അവരുടെ പ്ലാവിൽ മുപ്പത്തിയൊന്നു ചക്ക യുണ്ട്. കണ്ടാൽ കുശലം പറച്ചിലൊക്കെയുണ്ടെങ്കിലും കയറിച്ചെന്ന് വീട്ടു കാരോട് ചക്ക ചോദിക്കാനൊരു മടി. അവർ വടക്കൻ പറവൂരുകാരാണെ ന്നറിയാം. എന്നാലും ഇന്നത്തെ കാലത്ത് ഒരു വീട്ടിൽ ചക്ക ചോദിച്ചു ചെന്നാൽ ദരിദ്രവാസിയെന്നല്ലാതെ 'തങ്കപ്പെട്ട മനുഷ്യൻ' എന്നാരും പറ യില്ല. അതുറപ്പാണ്.

"പ്രീമിയറീ ചെന്നാ ചക്ക വാങ്ങാൻ കിട്ടും. ചെലപ്പോ ഇടിച്ചക്കപ്പ രുവോം കാണും. പോയി വാങ്ങീട്ടുവാ.."

കളമശ്ശേരിയിൽ പണ്ട് പ്രീമിയർ ടയേഴ്സ് ഉണ്ടായിരുന്ന കാലത്തെ പേരാണത്. ഇപ്പോൾ പ്രീമിയർ പോയി അപ്പോളോ ടയേഴ്സ് വന്നു. എന്നിട്ടും അറിയപ്പെടുന്നത് പ്രീമിയർ ജംഗ്ഷൻ എന്നുതന്നെ. അവിടെ പ്പോയി ചക്ക വാങ്ങി വരാനുള്ള അവളുടെ നിർദേശം കുഴപ്പമില്ല. ലോറി യിൽ കയറ്റി വാട്ടിക്കൊണ്ടുവന്ന ചക്കയാവുമെന്നേയുള്ളൂ. മുള്ളൊക്കെ ചതഞ്ഞിട്ടുണ്ടാകും. മുളഞ്ഞീനും കാര്യമായി ഉണ്ടാവില്ല. ചീരയും കപ്പയും മാങ്ങയുമൊക്കെയായി ഏരൂർ, മഞ്ഞുമ്മൽ ഭാഗത്തുനിന്ന് പ്രായ മായ കൃഷിക്കാരെത്തുന്നത് പ്രീമിയറിലേക്കാണ്.

അങ്ങനെയൊക്കെ സംസാരിച്ചെങ്കിലും അന്ന് ഞാൻ ചക്ക വാങ്ങാൻ പോയില്ല. എന്നിട്ടും വിഷുവിന് മൂന്നുദിവസം മുമ്പ് ഞാൻ നോക്കി ക്കൊതിച്ച ചക്കയുടെ ഉടമസ്ഥ വലിയൊരു ചക്കയും ചുമന്ന് കോണി കയറിവന്നു. ഞാനും ഭാര്യയും വീട്ടിൽത്തന്നെയുണ്ടായിരുന്നു. നാലംഗ ങ്ങളുള്ള കുടുംബത്തിന് രണ്ടു നേരം സുഭിക്ഷമായി കഴിക്കാനുള്ള വലു പ്പമുണ്ട് ചക്കയ്ക്ക്.

"കൊറെ നാളായി വിചാരിക്കുന്നു നിങ്ങക്ക് ചക്ക തരണമെന്ന്.."

എന്റെ മനസു വായിച്ചതുപോലെ ചെവിപ്പുറകിലേക്ക് മുടിയൊതുക്കി വച്ചുകൊണ്ട് അവർ പറഞ്ഞു. അവരുടെ പേര് ജോളി എന്നാണ്. ഒത്ത ഉയരവും മധ്യവയസിന്റെ ഉറച്ച ശരീരവും. ക്രിസ്ത്യൻ കുടുംബം. മുറ്റ ത്തെ പ്ലാവിലകൾ അടിച്ചുവാരുന്ന ജോളിയെ ഞാൻ രാവിലത്തെ തിര ക്കുകൾക്കിടയിൽ വല്ലപ്പോഴും കാണാറുണ്ട്. ചക്ക നോക്കിക്കൊണ്ട് ഞാൻ ഉപചാരപൂർവം ചിരിച്ചു. മുള്ളമർന്ന മൂത്ത ചക്ക. പച്ചയ്ക്കുതന്നെ തിന്നാൻ തോന്നും.

"ഉപ്പേരിയുണ്ടാക്കാം കേട്ടോ. നിങ്ങടെ വിഷുവല്ലേ വരണത്."

കൈ തമ്മിലുരച്ച് മണ്ണുകളഞ്ഞുകൊണ്ട് ജോളി പറഞ്ഞു.

"അല്ലെങ്കീ വെട്ടിപ്പുഴുങ്ങാം. ബാക്കി പഴുപ്പിക്കാം. നല്ലപോലെ മൂത്തതാ. പുഴുക്കുണ്ടാക്കാനൊക്കെ അറിയില്ലേ."

എന്റെ ഭാര്യയോട് അയൽക്കാരി കാര്യമായിത്തന്നെ ചോദിച്ചു. അറി യാമെന്ന് അവൾ സമ്മതിക്കുകയും ചെയ്തു. പിന്നെ അവരുടെ വർത്ത മാനങ്ങളായി. ഞാൻ ചക്ക താങ്ങിയെടുത്ത് അടുക്കളയിൽ വച്ചു. അയൽ ക്കാരിയുടെ ആരോഗ്യത്തിൽ എനിക്ക് മതിപ്പുതോന്നി.

തേങ്ങയും ജീരകവും പച്ചമുളകും പാകത്തിന് വെളുത്തുള്ളീം കറി വേപ്പിലയും വെളിച്ചെണ്ണയിൽ കുഴഞ്ഞുകിടക്കുന്ന കടുംമഞ്ഞ ചക്കപ്പു ഴുക്ക് ഞാൻ മനസിൽ കണ്ടു. പ്ലേറ്റിന്റെ ഒരരികിൽ നിന്ന് കഴിച്ചുതുട ങ്ങണം. കുറച്ചുനേരത്തെ സംസാരത്തിനുശേഷം അവർ പോകാനൊ രുങ്ങി.

"ഒരു ചക്ക താഴേം കൊടുക്കണം. നമ്മുടെ ഇത്തായ്ക്കും കൊടു ക്കണം."

ജോളി 'താഴെ' എന്നതുകൊണ്ടുദ്ദേശിച്ചത് ഞങ്ങളുടെ വീട്ടുടമ സ്ഥരെയാണ്. അവരും ജോളിയുമൊക്കെ ഒരേ ഇടവകാംഗങ്ങൾ കൂടി

യാണ്. തൊട്ടുമുന്നിലെ മറ്റുരണ്ട് അയൽക്കാരിലൊരാളാണ് ട്രാവൽസ്
നടത്തുന്ന കരീമിക്കയും വ്യവസായവകുപ്പിലെ മുരളിയും. കരീമിക്കയുടെ
ഭാര്യയാണ് ഖദീജാത്ത. എപ്പോളും ചിരിക്കുന്ന ഞങ്ങളുടെ ഇത്ത. അതി
നപ്പുറം ശേഖറും കുടുംബവും... ആർക്കും കാര്യമായ മുറ്റമോ കായ്കറി
കളോ അതിലൊരു വാഴയെങ്കിലുമോ ഇല്ല.

സർക്കാരുദ്യോഗസ്ഥരായിരുന്ന മുരളിക്കും ഭാര്യക്കും വീട്ടുമുറ്റത്ത്
രണ്ടുകൊല്ലം മുമ്പുവരെ വലിയൊരു പ്ലാവുണ്ടായിരുന്നു. ഇടപ്പള്ളി കവ
ലയ്ക്കടുത്ത് മറ്റൊരു വീടുകൂടി വച്ച് അവർ താമസം മാറിയതോടെ ഇവി
ടുത്തെ വീട് അവരൊന്നു പരിഷ്കരിച്ചു. വിൽപ്പനയായിരുന്നു ഉദ്ദേശ്യം.
പുതുക്കിപ്പണിയലിന്റെ ഭാഗമായി മതിലിന് ചേർന്ന് തണൽ പരത്തി നിന്നി
രുന്ന പ്ലാവ് വെട്ടി. മുറ്റത്ത് അകപ്പൂട്ടുള്ള ഇഷ്ടിക വിരിച്ചു. ആ പ്രദേശ
ത്തിന്റെ ശോഭയും പോയി ചൂടും കൂടി. സമീപകാലത്തുണ്ടായ ഭൂമി
വിൽപ്പനയിലെ ചില തകിടംമറികളാണ് അവരുടെ വീടുവിൽപ്പനയെയും
ബാധിച്ചത്. ഇപ്പോളുമത് വിൽക്കാൻ കഴിഞ്ഞിട്ടില്ല. പ്ലാവ് വെട്ടലും മോടി
പിടിപ്പിക്കലും ഒഴിവാക്കിയിരുന്നെങ്കിൽ വില കുറച്ച് മുരളിക്ക് വീട് പണ്ടേ
വിൽക്കാമായിരുന്നു. എന്തായാലും ആൾപ്പാർപ്പില്ലാത്തത് അവിടെമാത്രം.
അങ്ങനെ 23 കുടുംബങ്ങൾ. 11 മാസം മുമ്പ് ഞങ്ങളെല്ലാംകൂടി 'സ്ട്രോ
ബറി റസിഡന്റ്സ് അസോസിയേഷൻ' രൂപീകരിച്ചു. അതോടെ ആലപ്പു
ഴക്കാരൻ ഔതാ മുതലാളി 1989 ൽ അവസാനിപ്പിച്ച ട്രാവൻകൂർ ഒമേഗാ
ഗ്ലാസ് ഫാക്ടറിയുടെ ചുരുക്കപ്പേരിൽ അറിയപ്പെട്ടിരുന്ന ഞങ്ങളുടെ
പ്രദേശം 'സ്ട്രോബറി നഗറാ'യി മാറി. പേരങ്ങനെയാണെങ്കിലും ആർ
ക്കും മുറ്റത്ത് സ്ട്രോബറിയൊന്നുമില്ല.

ജോലി പോയിക്കഴിഞ്ഞ ഉടനെതന്നെ ഞാനും ഭാര്യയും ചക്കയുടെ
പണി തുടങ്ങി. താഴത്തെ വീട്ടിൽനിന്ന് വലിയ മടവാൾ സംഘടിപ്പിക്കുക
യാണ് ആദ്യം ചെയ്തത്. ചക്ക രണ്ടുതുണ്ടമായി ഞാൻ വെട്ടിപ്പിളർത്തി.
തറയിലേക്ക് പാലുപോലെ മുളഞ്ഞീൻ ഒഴുകാൻ തുടങ്ങി. പ്രകൃതിയുടെ
ജൈവഗന്ധം ചുറ്റിനും നിറഞ്ഞു.

"എന്തൊരു മണാ, അല്ലേടോ."

ആവേശത്തോടെ ഞാൻ പറഞ്ഞപ്പോൾ ഭാര്യ എന്നെ നോക്കി.
അവൾക്കറിയാം. കപ്പ, ചക്ക, ചേന, ചേമ്പ്, കാച്ചിൽ ഒക്കെയാണ് എനിക്ക്
പ്രിയം.

"കുറച്ച് പഴുപ്പിക്കാനെടുക്കാം. കുറച്ച് വറുത്തുപ്പേരിക്കുമെടുക്കാം."

ഞാൻ പറഞ്ഞു. മടൽ നീക്കിയ ചക്ക വെട്ടി ചുള വേർതിരിക്കു
ന്നതിനിടയിൽ അവൾ ഒരു മോഹം വെളിപ്പെടുത്തി.

"മാങ്ങ വാങ്ങിയാ ചക്കക്കുരുവിട്ട് നല്ല കൂട്ടാൻ വയ്ക്കായിരുന്നു."

"മാങ്ങേടെ വെലയെന്താന്നറിയ്യോ നിനക്ക്. കിലോയ്ക്ക് അമ്പത്തി
യെട്ട് രൂപ."

"അയ്യോ. എന്നാ മുരിങ്ങക്കായ മതി."

മടലും മറ്റും വാരി തറ വൃത്തിയാക്കിയശേഷം ഞാനും അവളുടെ കൂടെക്കൂടി. കുരു വേർപെടുത്തിക്കൊടുത്തു. അവൾ വേഗം വേഗം ചക്ക അരിഞ്ഞു. സ്ഫടികത്തിന്റെ വട്ടപ്പാത്രത്തിൽ വിരൽനീളമുള്ള ചന്ദനച്ച ക്കക്കൊത്തുകൾ നിറയാൻ തുടങ്ങി. ഇടയ്ക്കിടെ അതിലോരോന്നെടുത്ത് ഞാൻ ചവച്ചു.

"മതി. വയറുവേദനയെടുക്കും. ചക്കയാ സാധനം."

നികക്കെ വെള്ളമൊഴിച്ച് ഉപ്പിട്ട് ചക്ക അടുപ്പിൽ കയറുന്നതുവരെ ഞാൻ അതിലെ ചുറ്റിപ്പറ്റി നടന്നു. പിന്നെ ചക്കയെ വേകാൻ അനുവ ദിച്ച് പുറത്തുകടന്നു.

വലിയൊരു കഷണം ബാക്കിയുണ്ട്. വിഷുവിന് ചക്കയുപ്പേരി പുറ ത്തുനിന്ന് വാങ്ങേണ്ടതില്ല. വറുത്താലും ബാക്കിവരും. അത് പഴുപ്പിക്കാം. പെട്ടെന്ന് മറ്റൊരാശയം തോന്നി.

"എങ്കീ നമുക്ക് ചക്കപ്പഴം വരട്ടി ചക്കയടയുണ്ടാക്കാം."

"അതിന് നല്ല കനമുള്ള ഉരുളി വേണം. പിന്നെ ചക്ക വരട്ടാൻ പണി യെത്രയുണ്ടെന്നറിയാമോ... എളുപ്പമല്ല."

നിരാശനാവാതെ ഞാൻ പറഞ്ഞു:

"നോക്കാം. വരട്ടെ."

അന്നത്തെ അത്താഴം ഹൃദ്യമായി. ചോറല്ല, ചക്കപ്പുഴുക്കാണ് അധി കവും കഴിച്ചത്. കടുമാങ്ങ ഉപ്പിലിട്ടതായിരുന്നു തൊടുകറി.

പിറ്റേന്ന് വൈകുന്നേരം, ചക്ക കുറച്ചെടുത്ത് വറുത്തുപ്പേരിയു ണ്ടാക്കി. അപ്പോഴാണ് അവളോർത്തത്:

"അടുത്ത കൊല്ലം നമ്മള് ചക്ക തിന്ന് മടുക്കും."

"എന്തേ... പ്ലാവു വല്ലതും പാട്ടത്തിനെടുക്കാൻ പ്ലാനുണ്ടോ."

ഞാൻ ചോദിച്ചു.

"ചന്ത്രേട്ടാ... തമാശ കള."

"കളഞ്ഞു."

"ഈ വല്യ ചക്കമുറി നമുക്ക് കണി വയ്ക്കാം."

വിഷുവിന് രണ്ടുദിവസം കൂടിയുണ്ട്. ആശയം നല്ലതായി എനിക്കും തോന്നി. കഴിഞ്ഞ രണ്ടുകൊല്ലവും ചക്കയുണ്ടായിരുന്നില്ല. തുടർന്ന് ഒരു സംശയവും അവൾ തന്നെ ചോദിച്ചു:

"അപ്പളേക്കും പഴുത്തുപോകുമോ."

"പഴുത്താൽ പഴുക്കട്ടെ. അല്ലെങ്കിൽ പഴച്ചക്കയാവട്ടെ കണി."

അവൾക്ക് ചെറുതായി ദേഷ്യം വന്നു. ചുണ്ടു കൂർമ്പിച്ചുപിടിച്ച് അവൾ പറഞ്ഞു:

"എന്നാപ്പിന്നെ പഴമാങ്ങ, പഴച്ചക്ക..."

ബാക്കി ഞാൻ പൂരിപ്പിച്ചു.

"പഴപ്പാവുമുണ്ട്, പഴവാൽക്കണ്ണാടി, പഴക്കണ്ണൻ..."

അവൾ എന്നെയൊന്നു നോക്കി. പിന്നെ താഴെ വീടുകളിൽ വറു ത്തുപ്പേരി കൊടുക്കാനായി പടിയിറങ്ങി.

രണ്ടുപേരുടെയും ജോലിത്തിരക്കിനിടയിൽ അടുക്കളത്തട്ടിനു താഴെ വച്ചിരുന്ന ചക്കയെപ്പറ്റി ഞങ്ങൾ പിന്നീട് ഓർത്തില്ല. വിഷുത്തലേന്നാണ് ആ കാര്യം ആലോചിച്ചത്. നോക്കുമ്പോൾ ഭാഗ്യം, പഴുത്തിട്ടില്ല. പൂപ്പൽ പരന്നിട്ടുണ്ട്. ഒരു വൃത്തിയുമില്ലാത്ത കറുത്ത പൂപ്പൽ.

"ഈ കരി കാണണോ കാലത്തുതന്നെ.."

"അതു കരിയൊന്നുമല്ല. ഫംഗസാ.."

"സിഫിലിസ് കയറിയ ചക്ക."

"ഛേ.."

വിഷു കഴിഞ്ഞ് രണ്ടു ദിവസമായിട്ടും ചക്ക പഴുത്തില്ല.

ഞാൻ ഓഫീസിൽ പലരോടും ഇതേപ്പറ്റി പറഞ്ഞിരുന്നു. ഒരു ചക്ക കിട്ടിയതിനെപ്പറ്റി ഇത്രയൊക്കെ പറയാനുണ്ടോന്ന് ചിലരൊക്കെ തിര ക്കുകയും ചെയ്തു. എന്തായാലും പഴച്ചക്ക മണം പരത്താൻ കാത്തിരി ക്കുന്നതിനിടയിലാണ് പുതിയ വീട്ടിൽ താമസം തുടങ്ങിയ മുരളി വിളി ച്ചത്.

"ചന്ദ്രകുമാറേ.. ഒരു ടൂറുണ്ട്. കൂടുന്നോ.."

ഒരാഴ്ചത്തെ ഉല്ലാസയാത്രയാണ് അവർ ഒരുക്കിയിരുന്നത്. ദക്ഷി ണേന്ത്യയിലെ പ്രധാന തീർഥാടനകേന്ദ്രങ്ങളിലൂടെ ഒരു പര്യടനം. ആകെ ആറുകുടുംബം. അതിലൊരു സംഘം അവിചാരിതമായി യാത്ര ഒഴി വാക്കി. ആ വിടവിൽ രണ്ടുപേർക്ക് പോകാം. ആരെങ്കിലും പോയേ പറ്റൂ. ഇല്ലെങ്കിൽ മറ്റുള്ളവരുടെ യാത്രയും തകരാറിലാവും.

"എന്താ വേണ്ടേ.. ഈ അവസ്ഥയിൽ അവര് നമ്മളെ പ്രതീക്ഷി ക്കുന്നുണ്ട്."

"എന്നാ പോകാം. ലീവുണ്ടല്ലോ.. പൈസയ്ക്കും വല്യ പ്രശ്നമില്ല."

"പക്ഷേ.."

ഞാൻ ചെറിയൊരാലോചന നടത്തി. അവൾക്ക് മനസിലായില്ല.

"ഊം... എന്താണ്."

"ചക്ക പഴുക്കുമ്പോ..."

അവൾ എന്നെയൊന്നു നോക്കി. പിന്നെ ഒട്ടും ചിരിക്കാതെ സ്ത്രീസ ഹജമായ നർമത്തിൽ പറഞ്ഞു.

"നമുക്കതും കൂടി എടുക്കാം. വണ്ടീവച്ച് തിന്നാല്ലോ."

ഞങ്ങൾ തീർഥാടനത്തിന് പോകാൻ തന്നെ തീരുമാനിച്ചു. അപ്പോ ഴാണ് വീണ്ടും ചക്ക പ്രശ്നമായത്. ബാക്കിയിരിക്കുന്ന അരമുറി ചക്കയെ എന്തുചെയ്യണം. മൂന്ന് അയൽക്കാർക്കും വേണ്ട. അതിനാൽ കളഞ്ഞേ പറ്റൂ. എവിടെ കളയും.

സ്ട്രോബറി റെസിഡന്റ്സ് അസോസിയേഷൻ രൂപീകരിക്കുന്നതു വരെ ടി ഓ ജി റോഡരികിലായിരുന്നു ഇവിടുത്തുകാർ മാലിന്യം നിക്ഷേ പിച്ചുകൊണ്ടിരുന്നത്. അതൊക്കെ ചീഞ്ഞുനാറി ദുർഗന്ധമായി. ഒടുവി ലാണ് അസോസിയേഷൻ ഉണ്ടാക്കിയതും കുടുംബശ്രീയുടെ സേവനം പ്രയോജനപ്പെടുത്തിയതും. അതോടെ റോഡ് മാലിന്യമുക്തമാകുകയും

വെള്ളയും നീലയും തകരക്കുട്ടകൾ അപ്രത്യക്ഷമാകുകയും ചെയ്തു. കുടുംബശ്രീ തരുന്ന കുട്ടകളിലായി ഇവിടത്തുകാരുടെ മാലിന്യശേഖ രണം.

വീട്ടിൽ ഞങ്ങൾ രണ്ടാളുകൾ മാത്രമായതിനാലും സസ്യഭുക്കുക ളായതിനാലും അടുക്കളമാലിന്യം നന്നേ കുറവായിരുന്നു. ഇത്തിരി പഴ കിയ കറി... അൽപ്പം പച്ചക്കറിത്തോല്... അതൊക്കെ തൊട്ടടുത്ത ആളി ല്ലാപ്പറമ്പിലേക്ക് ടെറസിൽനിന്ന് എറിയുകയായിരുന്നു പതിവ്. വിൽ ക്കാതെ തർക്കത്തിൽ പെട്ടുകിടക്കുന്ന തരിശുപറമ്പായിരുന്നു അത്. പ്ലാസ്റ്റിക്കും കടലാസുമൊക്കെ താഴെ വീട്ടുടമസ്ഥരുടെ അനുമതിയോടെ പിൻവശത്തെ ഇടുങ്ങിയ മുറ്റത്തിട്ട് കത്തിക്കും. നാലുമാസം മുമ്പ് തർക്കം തീരുകയും ഒഴിഞ്ഞുകിടന്ന സ്ഥലം ഭാഗങ്ങളാക്കി വിറ്റുപോവുകയും അവിടെ വിസ്മയിപ്പിക്കുന്ന വേഗതയിൽ കെട്ടിടങ്ങൾ ഉയരുകയും ചെയ്തു. അതോടെ ഞങ്ങൾക്ക് മാലിന്യം കളയാൻ വാസ്തവത്തിൽ ഇടമില്ലാതായി.

"മുമ്പാണെങ്കിൽ ചക്ക അങ്ങോട്ട് ഇട്ടാൽ മതിയായിരുന്നു."

പിന്നിലായി ഉയർന്നിട്ടുള്ള മൂന്നുനില വീടു നോക്കി അടുക്കളയ്ക്ക ടുത്തുനിന്ന് ഞാൻ പറഞ്ഞു.

"കുടുംബശ്രീയിൽ പറഞ്ഞ് നമുക്കും രണ്ട് ബക്കറ്റ് വയ്ക്കണം."

"ഈ നേരത്ത് അതുപറ്റില്ലല്ലോ. ഇപ്പോൾ എന്തുചെയ്യും. അതാ ലോചിക്ക്."

"റോഡിൽക്കൊണ്ടുപോയിട്."

"വീപ്പകളൊന്നുമില്ല. വെറുതെയിടാനും പറ്റില്ല."

അവൾ ആലോചിച്ചുനിന്നു. പിന്നെ ആത്മഗതം നടത്തി.

"വെറുതെയല്ല മനുഷ്യന്മാരൊക്കെ ഹോട്ടൽജീവികളായത്."

എന്തായാലും ചക്കയെ അടുക്കളയിൽനിന്ന് ഒഴിവാക്കിയേ പറ്റൂ. അല്ലെങ്കിൽ തീർഥാടനം കഴിഞ്ഞ് വരുമ്പോളേക്കും പഴുത്തുനാറി വീട് വൃത്തികേടായിട്ടുണ്ടാവും.

പിറ്റേന്ന് യാത്രപോകാനുള്ള ഒരുക്കങ്ങളിലാണ് ഭാര്യ. അനുദിനം സങ്കീർണമായിക്കൊണ്ടിരിക്കുന്ന നഗരജീവിതത്തെ പറ്റി ഞാൻ ആലോ ചിച്ചുകൊണ്ടിരുന്നു. ഒടുവിലാണ് ഈ സ്ഥലം മനസിൽ തെളിഞ്ഞത്. യൂണിവേഴ്സിറ്റി സ്റ്റോപ്പ് വഴിയാണ് ഞങ്ങളുടെ യാത്രകൾ അധികവും. പ്രീമിയർ ജംഗ്ഷനിലേക്ക് അധികം പോകാറില്ല. എങ്കിലും ചക്ക കള യാനായി പ്രീമിയറിലേക്കുള്ള വഴിയിലെ ചതുപ്പുസ്ഥലത്തുപോകാനായി ഞാൻ തീരുമാനിച്ചു.

"അയ്യോ. കുരു എടുത്തുവച്ചിട്ട് കളയായിരുന്നു."

ചക്കയുമായി ഇറങ്ങാൻനേരം അവൾ പറയുന്നത് കേട്ട് എനിക്കു ദേഷ്യം വന്നു. ഇത്രനാളും ഇവിടെയിരുന്നിട്ട് തോന്നാത്ത കാര്യമാണ് ഇപ്പോൾ മൂന്നാംമണിക്കൂറിൽ.... ഒരു പ്രേതത്തെ കൊണ്ടുപോയി മറവു ചെയ്യുന്നതുപോലെ ദുഷ്കരമായതും കണ്ടുപിടിക്കപ്പെട്ടാൽ നാണക്കേ

ടാവുന്നതുമാണ് ഈ കർമം. കൊല ചെയ്യുന്നതിനേക്കാൾ പാതകമാണ് നഗരത്തിൽ മാലിന്യം വിതറുന്നത്.

ഞാൻ ചക്കയെ ഒരു പോളിത്തീൻ കവറിലാക്കി. ഒരു കബന്ധം ഒളിപ്പിക്കുന്നതുപോലെ എനിക്ക് ശൂന്യത അനുഭവപ്പെട്ടു. മൂകമായ മന സോടെ ഞാൻ ചതുപ്പിലേക്ക് നടന്നു. പരിസരത്തെ വീടുകൾ മിക്കവാറും നിശ്ശബ്ദമായിരുന്നു. ദൂരെനിന്ന് ടെലിവിഷൻ പ്രവർത്തിക്കുന്ന ശബ്ദ ങ്ങൾ മാത്രം. ഞാൻ പതിയെ നടന്നു.

ഇറക്കമിറങ്ങിക്കിടക്കുന്ന പച്ചപ്പിന്റെ നെടുംവര. നിലാവിന്റെ സമ്മോ ഹനമായ രാക്കാഴ്ച.

കലുങ്കിനരികിൽ ചെന്നുനിന്ന് ചുറ്റും നോക്കി ചക്കപ്പൊതി ഞാൻ പതിയെ നിലത്തേക്ക് ഊർത്തിയിട്ടു. കൈയിനെയും ശരീരത്തെയും ആവേശിച്ചിരുന്ന ഭയാനകമായ ഭാരം ഒഴിഞ്ഞുപോയി.

"ഓടിവരണേ... ആരോ ശവം തള്ളിയേച്ച് പോണേ..."

ആ നിമിഷം ഇരുട്ടിൽനിന്ന് അങ്ങനെയാരോ വിളിച്ചുകൂവുന്നതായി എനിക്കുതോന്നി. കിതച്ചുകൊണ്ട് ഞാൻ ചുറ്റും നോക്കി. ആരുമില്ല. എന്റെ വിഭ്രാമകമായ തോന്നൽമാത്രം. പക്ഷേ അതെന്നെ വല്ലാതെ വിയർപ്പി ച്ചിരുന്നു.

ആഴ്ചകൾ കഴിഞ്ഞിട്ടും അതേ തോന്നലാണ് ഇപ്പോഴുമെനിക്ക്. ഞാനെറിഞ്ഞ അവശിഷ്ടം നിരവധി സാക്ഷികളോടെ ആ പാഴ്പ്പറമ്പിൽ ഉയിർത്തെഴുന്നേറ്റിരിക്കുന്നു. ഭൂമിയിൽനിന്ന് പറിച്ചെറിയാനാവാത്ത മനു ഷ്യരുടെ രഹസ്യംപോലെ...

അരമുള്ള കരിമ്പച്ച ഇലകളിൽ നിലാവനങ്ങുന്നു. ഞാൻ പ്ലാവില കളിൽ തലോടി. കരുത്തോടെയാണ് അവ തലപൊക്കിനിൽക്കുന്നത്.

കലുങ്കിന് താഴേക്കിറങ്ങി ഇളകിയ മണ്ണിൽനിന്ന് ഒരു പ്ലാവിൻ തൈ ഞാൻ പിഴുതെടുത്തു. ചക്കക്കുരു പിളർന്ന് ഉയർന്ന തണ്ടിൽനിന്ന് നാല ഞ്ചിലകൾ. അപ്പോഴൊരു കാറ്റുവീശി. കഥകളിൽ പറയാറുള്ളതുപോലെ, കുളിർപ്പിക്കുന്ന ഒരു മന്ദമാരുതനായിരുന്നു അത്.

ഒരു മരണത്തിന്റെ ഓർമപ്പെടുത്തൽ

അംശംദേശത്തിൽനിന്ന് ഉച്ചയോടെയാണ് അയാൾക്ക് ഫോൺ വന്നത്. അയാളുടെ ഫോൺ ഏറെക്കാലമായി പുറംവിളികളില്ലാതെ സമാ ധിയവസ്ഥയിലായിരുന്നു. അങ്ങോട്ടും ആരെയും വിളിക്കാനില്ല. ഇ ങ്ങോട്ടും ആരും വിളിക്കാനില്ല. അതിനാൽ അരയിൽനിന്ന് അൽപ്പം അമ്പ രപ്പോടെയാണ് ഫോൺ എടുത്തുനോക്കിയത്.

അമ്പരപ്പ് കടുത്ത സംശയത്തിലേക്ക് വഴുതിവീണു. ചുളിഞ്ഞ നെറ്റി യോടെ നോക്കി. അതെ, അഭിജ്ഞ തന്നെ.

നേരം ഉച്ചയാണ്. അംശംദേശത്തിലെ കടവുകളിൽ യക്ഷികളും ഗന്ധർവന്മാരും പകൽക്കുളിക്ക് എത്തുന്ന നേരം. പായലടിഞ്ഞ പടവു കളിൽ നീണ്ട മുടിയഴിച്ചിട്ട് അരവസ്ത്രം മാത്രമായി ഗന്ധർവന്മാർ കിന്നാരം പറഞ്ഞിരിക്കുന്ന വേള. കുളത്തിനരികിലെ മാമരങ്ങളിൽനിന്ന് വള്ളിയുഞ്ഞാലിലാടി യക്ഷിമാർ വെള്ളത്തിലേക്ക് തുടിക്കുന്ന നേരം. അവരുടെ മുടി കലങ്ങിയ വെള്ളത്തിന്റെ ഓളങ്ങൾ കൽപ്പടവുകളിൽ അടിച്ച് ശബ്ദമുണ്ടാക്കും. വാഴനാരും ചാരവും ഇത്തിരി സോപ്പും അവ ശേഷിച്ച പടവുകളിലേക്ക് യക്ഷികൾ വായിൽ വെള്ളം നിറച്ച് കുലുക്കു ഴിയും. പക്ഷികൾ പ്രാണഭയത്തോടെ രാജ്യസഞ്ചാരം നടത്തും. മുയ ലുകളും എലികളും അണ്ണാന്മാരും മാളങ്ങളിലൊളിക്കും. ആ നേരമാണ് ഇത്. ഇപ്പോൾ അംശംദേശത്തിൽനിന്ന് അഭിജ്ഞയുടെ ഫോൺ വരണ മെങ്കിൽ അതിലെന്തോ വിശേഷമുണ്ട്.

അയാൾ ഫോണെടുത്ത് ഒന്നും മിണ്ടാതെ കാതോട് ചേർത്തു.

"ഇത് ഞാനാണ്. അഭി."

പതിവായി തമ്മിൽ സംസാരിക്കാതായതോടെ അഭിജ്ഞ വല്ല പ്പോഴും വിളിക്കുമ്പോൾ ഇങ്ങനെയാണ് പറയുക. അയാൾ മൂളി.

"ഊം. എന്താ വിശേഷിച്ച്?"

"അത്.. കുട്ടൻനായർ മരിച്ചു."

അയാൾ നടുക്കത്തിലകപ്പെട്ടു. മെലിഞ്ഞ് ശോഷിച്ച് അസ്ഥി മാത്ര മായ ശരീരം. വെളുത്ത വലിയ പല്ലുകൾ. നടക്കാനോ സംസാരിക്കാനോ ആവതില്ലാത്ത ശാരീരികനില. കുട്ടൻനായർ കുറേക്കാലമായി മരണം കാത്ത് കഴിയുകയായിരുന്നു. മരണങ്ങളുടെ പതിവുപോലെ അത് ഈ മഴക്കാലത്താവുമെന്ന് നിനച്ചിരുന്നില്ല.

മരിച്ചുപോയ വ്യക്തിയെ അവഗണിച്ച് അംശംദേശത്ത് ഇപ്പോൾ ഗന്ധർവന്മാരുടെ പകൽക്കേളികളുടെ ഊഴമാവും. വെള്ളം കലങ്ങി പല കുളങ്ങളും അരിശപ്പെട്ടിട്ടുണ്ടാവും. അറിയാതെ കുളിക്കാനെത്തിയ ഏതെങ്കിലും എണ്ണക്കറുമ്പികൾ കുളത്തിലെ തീക്ഷ്ണവെട്ടം കണ്ട് നട്ടു ച്ചമൂപ്പാണെന്ന് തെറ്റിദ്ധരിച്ച് ഓടിപ്പോയിട്ടുണ്ടാവും. അവർക്കു ചിലപ്പോൾ ഇക്കാലത്തും പനിച്ചിട്ടുണ്ടാവും. അങ്ങനെയാണല്ലോ അംശംദേശം.

കുട്ടൻനായർ മരിക്കാൻ കണ്ടെത്തിയ സമയം ഏതായാലും ഭേഷ്. അയാൾ മനസിലോർത്തു. അഭിജ്ഞയോടുതന്നെ തിരക്കാം.

"എപ്പോ, എങ്ങനെ..?"

"ഉച്ചയ്ക്ക് പന്ത്രണ്ടരയ്ക്ക് അഞ്ചുമിനിട്ടുള്ളപ്പോൾ."

"ക്രിമേഷൻ ഇന്നുണ്ടാവുമോ?"

"അറിയില്ല."

"ശിവകരൻ?"

"അവിടെയാണ്, കുട്ടൻനായരുടെ വീട്ടിൽ."

ശേഷം മൗനം. അഭിജ്ഞയുടെ മൗനം. ലോകത്തിലെ അസഹ്യ മായ മൗനങ്ങളിൽ പ്രഥമം.

അഭിജ്ഞ അവിടെ ഫോൺ വച്ചു.

അയാളുടെ അഭീ എന്ന വിളി പാതിവഴിക്ക് കുഴങ്ങിനിന്നു.

താനെങ്ങനെയാണ് അവർക്ക് ശത്രുവായത്..?

ആ ചോദ്യവും പാതിവഴിക്ക് കുതറിനിന്നു.

വർഷങ്ങൾക്കു പിറകിലാണ് അംശംദേശത്ത് ആദ്യമായി അയാളെ ത്തുന്നത്. അതും ഒരു വേനലിൽ. സർവമരങ്ങളും കരിഞ്ഞുനിൽക്കുന്നു. കരിമ്പനകൾ ഉച്ചച്ചൂടിൽ പനംതേങ്ങ പൊഴിക്കുന്നു. പുറ്റഴിഞ്ഞ പാമ്പു കൾ പറമ്പുകളിലൂടെ ഇഴയുന്നത് കാണാം. അദൃശ്യരായ ജീവികളുടെ പാദചലനമേറ്റ് പകലിലും കരിയില അമരുന്ന സ്വരം. ഉണങ്ങിയ പുറ്റു കൾ കാറ്റിൽ അടർന്ന് പറന്ന് മണ്ണാവുന്നു. അതിനിടയിലൂടെയാണ് കുട്ടൻ നായർ അന്ന് ശിവകരന്റെ വീട്ടിലേക്ക് വന്നത്.

കട്ടിക്കണ്ണട. അകത്ത് കൃഷ്ണമണികൾ കാണാനാവാത്തവിധം പുകഞ്ഞുമൂടിയ കണ്ണടച്ചില്ലുകൾ. മഞ്ഞക്കറ പൊതിഞ്ഞ കേടുവന്ന പല്ലു കൾ. സംസാരത്തിൽ അൽപ്പം കൊഞ്ഞപ്പ്. മുണ്ടും തോർത്തും കൈ യിലെ ചെറിയ മടക്കുകുടയുമാണ് വേഷം. അരയിൽ താക്കോൽക്കൂട്ടം. തോട്ടത്തിൽ പമ്പ് വച്ചിരിക്കുന്ന മുറിയുടെ, വീടിന്റെ, പത്തായപ്പുരയുടെ, നിലവറയുടെ, തൃത്താലയിൽ വാടകയ്ക്ക് കൊടുത്തിട്ടുള്ള കടമുറിക

ളൂടെ താക്കോലുകൾ. കുട്ടൻനായർ പ്രമാണിയായിരുന്നു. ധനികനായി രുന്നു. പിശുക്കനുമായിരുന്നു. പക്ഷേ വാരിക്കോരി കൊടുക്കും. ഒരാൾക്കു മാത്രം.

അത് ശിവകരനാണ്. ശിവകരന്റെ ഭാര്യയാണ് അഭിജ്ഞ.

"തമ്പുരാനേ, ആരോ വിരുന്നുകാരുണ്ടല്ലോ..?"

അയാളെ അവിടെ ആദ്യം കണ്ടപ്പോൾ കുട്ടൻനായർ ചോദിച്ചത് അതാണ്. അയാളും ശിവകരനും പൂമുഖത്തിരിക്കുകയായിരുന്നു. അ യാൾ നോക്കി. വെയിലിൽ കുത്തനെ നിൽക്കുന്ന ഒരാൾ. കഷണ്ടിയിൽ വിയർപ്പ്. ഒട്ടിയ വയറും തെളിഞ്ഞ അസ്ഥികളും. സംശയം തോന്നി. പക്ഷേ ശിവകരൻ പറഞ്ഞു:

"ഞാ, കുട്ടൻനായരോ..വരൂ.."

കുട്ടൻനായർ വന്ന് അരമതിലിലിരുന്നു. ധനികനായിട്ടും ഇടത്തരം ധനസ്ഥിതി മാത്രമുള്ള നമ്പൂതിരിയോട് കാണിക്കുന്ന നായരുടെ വിധേ യത്വം. ശിവകരൻ എളിയിൽനിന്ന് സ്വന്തം പൊടിക്കുപ്പി എടുത്ത് നീട്ടി. കുട്ടൻനായർ പൊടികുടഞ്ഞ് തിരുമ്മി വിസ്തരിച്ച് വലിച്ചു. അടഞ്ഞ നാസികയുടെ സ്വതഃസിദ്ധമായ ഈണത്തിൽ ശിവകരനോട് സംസാരം തുടങ്ങി. അത് തടഞ്ഞ് ശിവകരൻ പറഞ്ഞു:

"ഇത് എന്റെ ഫ്രണ്ടാ, വർഷങ്ങൾ കൂടിയാ ഇപ്പോ വരുന്നത്."

കുട്ടൻനായർ നോക്കി. കണ്ണടയുടെ അഭ്രച്ചുരുളുകൾക്കിടയിൽ ദൃഷ്ടി വ്യക്തമല്ല. ആ പരിചയമാണ് കേമമായി വളർന്നത്. അതോടൊ പ്പമായിരുന്നു അഭിജ്ഞയോടുള്ള അടുപ്പവും. സുഹൃത്തിന്റെ ഭാര്യയോട് ഏതുപരിധിവരെ പോകാമോ ആ പരിധിവരെ പോയി സുഗമമായി ബന്ധി ക്കപ്പെട്ട സൗഹൃദം. ലോകത്ത് ആരോട് പറഞ്ഞാലാണ് അത് മനസിലാ വുക. അയാൾ തടഞ്ഞുനിന്നു. ചിന്തകൾ. കരുത്തുറ്റ ചിറകുള്ള പക്ഷി കൾ.

സങ്കീർണമായ ആ ബന്ധം തികച്ചും മനസിലായിട്ടുള്ളത് ഒരാൾക്കു മാത്രമാണ്. കുട്ടൻനായർക്ക്.

ഇപ്പോൾ കുട്ടൻനായർ മരിച്ചിരിക്കുന്നു.

അനാഥനായത് ആരാണ്?

യക്ഷികളോ, ഗന്ധർവന്മാരോ, പൊട്ടിച്ചൂട്ടേന്തിയ ഭഗവതിയോ അതോ അംശംദേശത്തിലെ സ്വപ്നാടകരായ നൂറുകണക്കിന് സാധാര ണക്കാരോ..?

അല്ല, താൻ. താൻ മാത്രം. താൻ ഒരിക്കൽക്കൂടി ഭൂമിയിൽ അനാഥ നായിരിക്കുന്നു.

അയാൾ വിലാപമായ വിചാരങ്ങളോടെ തറഞ്ഞുനിന്നു.

അംശംദേശത്തിന്റെ ആകാശത്ത് നക്ഷത്രങ്ങൾ ഇന്നുരാത്രിയിൽ എന്തുചെയ്യും. കായൽപ്പാടത്തിന്റെ വിശാലതയിലൂടെ മിന്നിമായുന്ന ഭൈരവനും മായയും കൂളിയും ചാത്തനും എന്തുചെയ്യും. കഥകൾ കേട്ടു റങ്ങാൻ അമാന്തിക്കുന്ന കുഞ്ഞുങ്ങളെ മൂളിയുറക്കുന്ന കൂമന്മാർ എന്തു

ചെയ്യും. വളർന്ന കരിമ്പനകൾ രാത്രികളിൽ അതിഥികളില്ലാതെ,കാറ്റി ല്ലാതെ എന്തുചെയ്യും. ഭൂതനാഥന്റെ ക്ഷേത്രത്തിലെ ദ്വാരപാലകന്മാർ എന്തുചെയ്യും. തോട്ടത്തിലെ കമുകുകൾക്കിടയിലെത്തുന്ന കുറുനരികൾ എന്തുചെയ്യും. അനാഥരായത് അവർ കൂടിയാണ്.

"തമ്പ്രാട്ടീ അമ്പലത്തിലേക്കാവും?"

അഭിയുടെ ഒപ്പം സായാഹ്നങ്ങളിൽ നടക്കുമ്പോൾ അംശംദേശ ത്തിലെ പ്രജകൾ ചോദിക്കുന്ന ചോദ്യം. അവർ വരമ്പിൽനിന്ന് ഒഴിഞ്ഞു നിൽക്കും. ചൂണ്ടിക്കാട്ടിയാൽ എടുത്തുചാടി നെയ്യാമ്പൽപ്പൂ പറിച്ചുകൊ ടുക്കാൻ സന്നദ്ധരാവും.

അയാൾക്ക് അമ്പരപ്പായിരുന്നു.

"ഞാനീ ദുനിയാവൊക്കെ കറങ്ങിവരികയാണ് അഭീ. ഇങ്ങനെ യുണ്ടോ ഒരു ജനത. അടിമത്തത്തെ ആശ്ലേഷിക്കുന്ന കൂട്ടം."

"ഇത് അടിമത്തമാണോ വിധേയത്വമാണോ എന്ന് അവരാലോചി ക്കുന്നില്ല രവീ. ഇത് സ്നേഹമാണ്. ഒരുതരം കരുതലാണ്."

"എന്തോ.. എനിക്കറിയില്ല."

"രവിക്ക് അറിയാനിനിയും ഉണ്ട്. ജീവിതം നീണ്ടുകിടക്കുകയയല്ലേ."

അയാൾ അന്നൊന്നും മിണ്ടിയില്ല. വൈകുന്നേരങ്ങളിൽ വീട്ടിൽനി ന്നിറങ്ങി അവർ അമ്പലംവരെ നടന്നുപോകുമായിരുന്നു. വഴിയിൽ കാണുന്ന ചെടികളെയൊക്കെ അഭി പരിചയപ്പെടുത്തും.

"ഇത് കീഴാർനെല്ലി, ഇത് തിരുതാളി, ഇത് കയ്യൂണ്യം, ഇത് നില പ്പന.."

സൗഹൃദത്തിന് ഇങ്ങനെയൊക്കെ പകരാനാവുമോ സ്നേഹം എന്നു വിസ്മയിക്കാതെന്തുചെയ്യും.

അയാളുടെ ജീവിതത്തിൽനിന്ന് ദ്യുതി പോയ കാലമാണ്. പതിനാറ് വർഷത്തെ പ്രണയം നശിച്ച സമയം. അതു മനസിലാക്കിയപോലെ കര മുണ്ടും ഇണമുണ്ടും ചുറ്റി കൂടെനടന്ന് അഭി തിരികെത്തന്നത് പ്രണയ മല്ല, അയാൾക്ക് പൊയ്പ്പോകുമായിരുന്ന ജീവിതമാണ്. സൗഹൃദത്തിന്റെ പരമാവധി. അതിനപ്പുറമില്ല. എന്തൊരു തെളിച്ചമായിരുന്നു ആ കാല ത്തിന്. അങ്ങനെയാണ് അയാൾ അംശംദേശത്തിൽ അക്കാലത്ത് പതിവു കാരനായത്.

കുട്ടൻനായർ തോട്ടത്തിൽ നിന്നുവരുമ്പോൾ പഴുത്തടയ്ക്ക പെറു ക്കിക്കൊണ്ടുവരും. വലുപ്പമുള്ള അടയ്ക്ക. അയാളത് പൊളിച്ച് നുറുക്കി വയ്ക്കും. ശിവകരൻ ഇടിച്ച പുകയിലപ്പെട്ടി തുറക്കും. അപ്പോൾ വരുന്ന വാസനയാണ് വാസന. കുട്ടൻനായർ മുറുക്കില്ല. ഇടയ്ക്ക് ഒന്നോരണ്ടോ പുക ആവാം. ബാക്കിയൊക്കെ പൊടി മതി. ശിവകരന് എല്ലാം താൽപ്പര്യം തന്നെ. അയാൾക്ക് പക്ഷേ വെറ്റില മുറുക്കായിരുന്നു പഥ്യം.

ഉച്ചനേരത്തും വൈകിട്ടും മുറുക്കി രസിച്ചിരിക്കുമ്പോൾ അടുക്കള യിൽനിന്ന് മണം വരും. അഭിയുടെ ഉപ്പേരികളും പുളിങ്കറിയും. വിഭവ

ങ്ങളായിരുന്നില്ല വിശേഷം. വിളമ്പുന്ന മനസായിരുന്നു. അക്കാലത്ത് മന
സിനെന്തൊരു സമാധാനമായിരുന്നു.

രാത്രിയായാൽ കുട്ടൻനായരുടെ ഊഴമാണ്. ശിവകരന്റെ അടു
ത്തുള്ള അപ്ഫന്റെ കുളക്കരയിലാണ് കൂട്ടം. വാറ്റിയ ചാരായം വെളുത്ത
കുപ്പിയിൽ നിറയെയുണ്ടാവും. ഞെക്കുവിളക്ക് മിന്നിച്ച് കുട്ടൻ നായർ
മുന്നിൽ നടക്കും. അയാൾ ഏറ്റവും പിന്നിൽ. ശിവകരന്റെ കൈയിലാവും
കുപ്പിയും തൊട്ടുകൂട്ടാനുള്ളതും. അവിടുത്തെ കുളപ്പടവിലിരിക്കാൻ ആദ്യ
മാദ്യം കുട്ടൻനായർക്ക് ഭയമായിരുന്നു.

"തേരോട്ടമുള്ളതാ."

കുട്ടൻ നായർ ആ ഭയത്തെപ്പറ്റി പറയും.

കുട്ടൻനായർ അയാളെ പേര് വിളിക്കാറുണ്ടായിരുന്നില്ല. അറുപ
ത്തഞ്ചും കഴിഞ്ഞ അയാളെ ശിവകരനും അഭിജ്ഞയും വിളിക്കുംപോലെ
പേര് വിളിക്കാൻ അയാൾക്കാവുമായിരുന്നില്ല. അതിനാൽ അയാളും
കുട്ടൻനായരും പരസ്പരം ഒന്നും വിളിക്കാതെ സ്നേഹിക്കുകയും ബഹു
മാനിക്കുകയും ചെയ്തു.

"തിരുമേനിയുള്ളതാട്ടോ ഇവിടെയിരിക്കാൻ എന്റെ ധൈര്യം."

കുട്ടൻനായർ കൂട്ടിച്ചേർക്കും. കുളപ്പടവിലിരുന്ന് തണുത്ത വെള്ളം
മുക്കി അവർ വാറ്റ് നിറയ്ക്കും. കുപ്പിക്കണ്ണട വച്ച് കുട്ടൻനായർ എങ്ങ
നെയാണ് വെള്ളവും ഗ്ലാസും കാണുന്നതെന്ന് അയാൾ ആലോചിച്ചി
ട്ടുണ്ട്. ആ മനുഷ്യനാണ് യക്ഷിദേവകളെ പലവട്ടം കണ്ടിട്ടുള്ളത്. ചിരി
വരും ചിലപ്പോൾ കേട്ടാൽ.

ഇപ്പോൾ മനസിലാവുന്നു. ശരിയാണ്. മുഴുവനും ശരിയാണ്. ആ
മനുഷ്യൻ എല്ലാം കണ്ടിരുന്നു. അറിഞ്ഞിരുന്നു. കേട്ടിരുന്നു. അയാൾ
യഥാർഥ മനുഷ്യനായിരുന്നു. മരിച്ചത് നട്ടുച്ചയ്ക്കായതുതന്നെ അതുകൊ
ണ്ടാണ്. അംശംദേശത്തിൽ വിശുദ്ധമായതെല്ലാം നട്ടുച്ചയ്ക്കാണ്.

പനംതേങ്ങയും മാങ്ങയും പഴുക്കയും ചീരവിത്തും കൊന്നവിത്തും
പൊട്ടിയടരുന്ന നട്ടുച്ചകൾ. അമ്പലങ്ങളിലെ ഉപദേവന്മാർ പുഴ കാണാനും
വളപ്പുകൾ തോറും തെണ്ടാനും നേരം കണ്ടെത്തുന്ന സമയം. നായാടി
കൾ പൊത്തുകൾ തുരക്കുന്ന സമയം. ചുവന്ന ശരീരത്തിൽ കറുത്ത
വരകളും പുള്ളികളുമുള്ള പ്രാണികൾ മൺമതിലുകളിൽ ഇണകൂടുന്ന
നേരം. ഇടവേളകൾ കഴിഞ്ഞ് അയാൾ അംശംദേശത്തേക്ക് എത്തിക്കൊ
ണ്ടിരുന്നു. ഒരിക്കൽ ചെന്നപ്പോൾ അയാൾ പറഞ്ഞു:

"അഭീ, ഒരു വിശേഷമുണ്ട്."

അഭിജ്ഞ നോക്കി.

"കണ്ടെത്തി ഒടുക്കം."

"ആരാണ്?"

ചോദ്യത്തോടൊപ്പം അഭിജ്ഞയുടെ മിഴികളിൽ വിരിയുന്ന സംശ
യങ്ങൾ. മറുപടിക്കുമുമ്പ് അയാൾ മറ്റൊരു ചോദ്യം ചോദിച്ചു:

"അഭീ, നമ്മുടെ ബന്ധമെന്താണ്?"

"എന്താ ഇപ്പോ ചോദിക്കാൻ..?"

"പറയൂ, നമ്മുടെ ബന്ധമെന്താണ്..?"

"എവിടെയോ ബന്ധിക്കപ്പെട്ടവർ, നല്ല സുഹൃത്തുക്കൾ."

"ശരി, അപ്പോ അഭിക്കിഷ്ടാവും. ഞാനൊരാളെ കണ്ടെത്തി."

"ആര്..?"

"അംഗന..അതാണ് പേര്. ദ്യുതിയുടെയും അഭിയുടെയും പൂർണത എന്നു ഞാൻ കരുതുന്നു."

"രവീ, അംഗന എന്റെ ഏട്ടത്തീടെ...?"

"ഉം. അതുതന്നെ. മാര്യേജ് ഒരിക്കൽ കഴിഞ്ഞതാണ്. അറിയാല്ലോ, പക്ഷേ ഒഴിഞ്ഞുനിൽക്കുവല്ലേ. എന്തായാലും ദ്യുതിയോടുള്ള വാശി തീർക്കാൻ ഒരാളെ കണ്ടെത്തി. അതായിരുന്നു എന്റെ ലക്ഷ്യം. എന്നെ അപമാനിച്ചയച്ച അതേ സമുദായത്തിൽ നിന്ന്.. എന്തായാലും അംഗ നയെ ഞാൻ വിവാഹം കഴിക്കാൻ നിശ്ചയിച്ചു. അഭി എതിരുപറയാതെ സമ്മതിക്കണം."

ആ സമയത്ത് തന്നിൽ ആരായിരുന്നു പ്രവർത്തിച്ചുകൊണ്ടിരുന്നത്. അയാൾ ഓർക്കാറുണ്ട് പിന്നീട് പലപ്പോഴും. ഇന്നും ഉത്തരം കിട്ടിയിട്ടില്ല.

"ദുഷ്ട്."

കേട്ടയുടനെ അഭിജ്ഞ പ്രതികരിച്ചത് അങ്ങനെയാണ്. അയാൾക്ക് മനസിലായില്ല.

"ആരും ആർക്കും പകരമല്ല, വാശി കളയൂ. രവി വേറൊരാളെ കണ്ടെത്തൂ. ഇത്രയും കാലം അലഞ്ഞുതിരിഞ്ഞ് നടന്നത് ഇതിനാണോ, ഇങ്ങനെ അസംബന്ധം പുലമ്പാൻ. ശിവേട്ടൻ കേൾക്കണ്ട ഈ തോന്ന്യാസം."

അയാൾ അനുസരിച്ചില്ല. അപ്പോൾ യാചനപോലെ അഭിജ്ഞ പറഞ്ഞു:

"എങ്കിൽ എന്തിന് എന്റെ ബന്ധുവിനെത്തന്നെ..? ഞാനും ശിവേ ട്ടനും വീട്ടിലിടം തന്നത് ഞങ്ങളെയിങ്ങനെ ദ്രോഹിക്കാനാണോ..?"

അംശംദേശത്ത് പിന്നീട് പോയപ്പോളൊക്കെ തോന്നി. ഇനി വരേണ്ട ഇവിടേക്ക്. ഇവിടെയാരുമില്ല. എല്ലാവർക്കും മുന്നിൽ അയാൾ കുറ്റവാ ളിയാണ്.

അയാൾ ഓർത്തു. വർഷങ്ങൾക്കു പിറകിലാണ് ഈ സംഭവങ്ങൾ. ഇപ്പോൾ അംഗന കൂടെയില്ല. അവൾ സ്വന്തം വഴിതേടി പോയി. അംഗ നയെ കൂടെകൂട്ടിയതോടെ അഭിജ്ഞയും അകലെയായി. എല്ലാവരിൽ നിന്നും സമ്പൂർണമായും ഒറ്റപ്പെട്ടു. അംശംദേശം എന്ന നാടും അവി ടുത്തെ നല്ല സൗഹൃദങ്ങളും അകലെയായി. വേണമെങ്കിൽ ഇന്നും വല്ല പ്പോഴും അവിടെ പോയിവരാം. പക്ഷേ ശിവകരനും കുട്ടൻനായരുമൊ ഴികെ ബാക്കിയെല്ലാവരും അയാളിൽനിന്നും വിട്ടുപോയിരുന്നു. അംശം

ദേശത്തിലെ ദേവകളും യക്ഷികളും ഗന്ധർവന്മാരും മണ്ണിരകളും കരി മ്പനകളിലെ നരിച്ചീറുകളും വരെ അയാളെ തള്ളിപ്പറഞ്ഞുകളഞ്ഞു.

ആത്തേമാരെ പിടിച്ചിറക്കിക്കൊണ്ടുവന്ന അധമൻ. അതാണ് ഇന്നും സംസാരം. കാലമിത്ര കഴിഞ്ഞിട്ടും.

ഒരിക്കൽ ഫോണിൽ വിളിച്ചപ്പോൾ അഭിജ്ഞ അറിയിച്ചു:

"രവീ, എനിക്ക് ഉദ്യോഗം ശരിയായി. അന്ന് ബി എൽ ടി പഠിച്ചില്ലേ. ഇവിടെയൊരു ലാബിലാണ്. വീട്ടിലിരിക്കാനും നേരംകൊല്ലി വർത്തമാനം പറയാനും ഇപ്പോ സമയമില്ല."

അകം കരയുന്നത് ആരുകാണാൻ. അംശംദേശത്ത് അവസാനം പോയ ദിവസം അമ്പലത്തിലെ അരമതിലിൽ പാതിയിരുളിൽ അയാൾ തനിച്ചിരുന്നു. അംഗന പോയശേഷവും എന്തിന് വേണ്ടിയാണ് ഇങ്ങോട്ടു വന്നുകൊണ്ടിരുന്നത്? സ്വാസ്ഥ്യം കിട്ടാൻ. ജീവിതയാത്രയിൽ തെറ്റുകൾ പലതും പറ്റിയിട്ടുണ്ട്. അതു തിരുത്താനും ജീവിതത്തെ ചില കടങ്കഥക ളിലേക്കും യക്ഷിക്കഥകളിലേക്കും പഴയപടി വിരിച്ചിടുവാനും വേണ്ടി. ഒന്നും നടന്നില്ല. ആരും ചെവിതന്നില്ല. മുഖം തന്നില്ല. ശിവകരൻ പോലും. എല്ലാ വാതിലും കൊട്ടിയടച്ചപോലെ. ആരെ കാണാനാണ് ഇനി അംശം ദേശത്തേക്ക് വരേണ്ടത്? വേദനയോടെ മനസിലോർത്ത് അയാൾ അവ സാനമായി പടിയിറങ്ങി.

തെറ്റ്.. തെറ്റ്.. ചെയ്തതെല്ലാം തെറ്റ്. തെറ്റുകൾ ശരിയാക്കാൻ രണ്ടാ മതൊരു തിരുത്തില്ല.

കുളത്തിലിറങ്ങിയ ഗന്ധർവന്മാർ ഒരു വായ്ത്താരിപോലെ അങ്ങനെ കൂവിയാർത്തു. പാലമരങ്ങളും കാവും തിങ്ങിയ അംശംദേശത്തിലെ മന കളും നായർത്തറവാടുകളും അവശേഷിച്ച ഹരിജനങ്ങളുടെ വീടുകളും കായൽപ്പാടവും ചിറകളും കൂവിയാർത്തു. ഭഗവതി ഉച്ചക്കുളി നിർത്തി വച്ച് ചിരി തുടങ്ങി.

അപ്പോൾ ഒരാൾ മാത്രമാണ് ചിരിക്കാതിരുന്നത്. അത് കുട്ടൻനായ രാണ്.

കുട്ടൻനായർ ഒന്നും ചോദിച്ചില്ല. അംഗനയെപ്പറ്റി.. അവൾ പിരിഞ്ഞ തിനെപ്പറ്റി.. ഇപ്പോഴത്തെ ജീവിതത്തെപ്പറ്റി.. കുട്ടൻനായർക്ക് സഹതപി ക്കാമായിരുന്നു. രോമങ്ങൾ തിങ്ങിയ മെലിഞ്ഞ വയറും മാറും ഉലച്ച് ചിരിക്കാമായിരുന്നു. കണ്ണടച്ചില്ലിനപ്പുറത്ത് അദൃശ്യമാവുന്ന കൺമണി കളെ കൂർപ്പിച്ച് അട്ടഹസിക്കാമായിരുന്നു. എന്നാൽ അതുണ്ടായില്ല.

കുട്ടൻനായർ ഒരു മനുഷ്യനായിരുന്നു. അയാൾ വേദനകളോടെ ഓർത്തു.

ഇപ്പോൾ മാസങ്ങളായി അയാൾ തനിയെയായിട്ട്. അയാൾ അംശം ദേശത്തുപോയിട്ടും മാസങ്ങളായി. അതോ വർഷങ്ങളോ! എന്തായാലും ഒടുവിൽ പോയതും സുഖമില്ലാതെ കിടക്കുന്ന കുട്ടൻനായരെ കാണാ നാണ്. ഓർമകളിൽ അയാൾ ഉരുകിനിന്നു.

ഇന്നുരാത്രിയോ നാളെ ഉച്ചയ്ക്കോ അംശംദേശത്ത് കുട്ടൻനായർ ക്കുള്ള ചിതയൊരുങ്ങും. കുട്ടൻനായർ മനുഷ്യനായിരുന്നു എന്ന വിചാരം അതോടെ ലോകത്തുനിന്ന് മായ്ക്കപ്പെടും, പിന്നെ ഒരു മനുഷ്യന്റെ ചിത്ര മെന്ന നിലയിലേക്ക് കുട്ടൻനായർ മാറ്റപ്പെടും. കുറേനാളുകൾകൂടി കഴി ഞ്ഞാൽ കുട്ടൻ നായരെ ഓർക്കാൻ ആരുമുണ്ടാവില്ല.

കുട്ടൻനായരേ, നിങ്ങളുടെ പേര് ആദ്യമായി ഞാൻ വിളിക്കുന്നു. എന്നോട് ക്ഷമിക്കണം. നിങ്ങൾക്ക് മനുഷ്യനെ തിരിച്ചറിയാൻ കഴിയു മായിരുന്നു. പക്ഷേ, ദ്യുതിയും അംഗനയും അഭിജ്ഞയും പലപ്പോഴും മനസിലാക്കാത്തത് മനുഷ്യന്റെ മരണത്തെയാണ്.

വിലാപശ്രുതിയിൽ ഞാൻ കുട്ടൻ നായരുടെ ആത്മാവിനോട് സംസാ രിച്ചു.

പ്രിയപ്പെട്ട മനുഷ്യാ, മരണം കാണാൻ ആചാരമനുസരിച്ച് അംശം ദേശത്തിലേക്ക് ഞാൻ വരുന്നില്ല. നമുക്ക് പൊട്ടിച്ചൂട്ടിനിടയിലും ഭഗവതി യുടെ തേരിനിടയിലും കാളിയുടെ സഞ്ചാരത്തിനിടയിലുമിരുന്ന് ആമ ക്കാവിലെയും ഇളവാതിക്കലിലെയും പൂരത്തെപ്പറ്റി കായൽപ്പാടത്തിരുന്ന് സംസാരിക്കാം. വരുംകാല രാത്രികൾ നമുക്കുള്ളതാണ്. നമുക്കുമാത്രം.

പൂച്ചി മാ

ഓഫീസിൽനിന്ന് വരുമ്പോൾ വർഷങ്ങളായി കതകുതുറന്നു തരാറുള്ള ഇരുണ്ടമുഖമുള്ള ജോലിക്കാരിയെപ്പറ്റി ഇപ്പോൾ ഞാനാലോചിക്കുവാനെന്താണ് കാരണം? പെട്ടെന്നിവൾ മരിച്ചുപോകുകയാണെങ്കിൽ, രണ്ടുമക്കളേയും വച്ചുകൊണ്ടുള്ള മധ്യവയസുപിന്നിട്ട എന്റെ ജീവിതം എന്തായിത്തീരും എന്നാലോചിച്ചിട്ടാണോ? സത്യം പറഞ്ഞാൽ അതിനെക്കുറിച്ചൊന്നും എനിക്കറിയില്ല.

പലതരം പരീക്ഷകൾക്കായി പഠിച്ചെന്നും ജയിച്ചെന്നും കരുതിയതെല്ലാം വെറുതെയായി എന്നറിയുന്ന ജീവിതത്തിലെ അറിവില്ലായ്മയായിരുന്നു അത്.

എന്റെ രണ്ടുപെൺമക്കളും പൂച്ചി മാ എന്നുവിളിക്കുന്ന, യൗവനാരംഭം മുതലേ ഞാൻ കണ്ടുപരിചയിച്ചിട്ടുള്ള ഈ ജോലിക്കാരി ഇപ്പോൾ ശരിക്കും വൃദ്ധയായിട്ടുണ്ട്. പാളത്താറുടുത്ത സാരിക്കടിയിൽ ഇവളുടെ കാൽപ്പാദങ്ങൾ വല്ലാതെ ചെറുതായിക്കൊണ്ടിരിക്കുന്നത് അടുത്ത ദിവസമാണ് ഞാൻ കണ്ടുപിടിച്ചത്. അന്നുമുതലാവാം ഞാൻ എന്നെപ്പറ്റി ഓർക്കാൻ തുടങ്ങിയത്. പിന്നെ ഇവളില്ലെങ്കിൽ എന്റെ ജീവിതത്തിനുണ്ടാകാൻ പോകുന്ന ശൂന്യതയെപ്പറ്റി ഒരുതരം താഴ്ന്ന ഭീതിയോടെ ഞാനിങ്ങനെ ആലോചിക്കാൻ തുടങ്ങിയതും. അതിന്റെയെല്ലാം തുടർച്ചയാവാം ഇപ്പോഴത്തെ തോന്നലും.

കതകുതുറന്നുതന്നപ്പോൾ പതിവുപോലെ ക്ഷീണിച്ച ഒരു പുഞ്ചിരി ഞാനിവൾക്ക് കൈമാറിയിരുന്നു. എന്റെ കൈയിൽനിന്ന് ഇവൾ ബാഗ് വാങ്ങി. വീടണഞ്ഞ ആശ്വാസത്തോടെ അകത്തേക്ക് ഞാൻ നടക്കുമ്പോൾ പിറകിൽ ഇവൾ കതകടയ്ക്കുന്നത് എനിക്ക് സങ്കൽപ്പിക്കാം.

എല്ലാം കണിശമാണ്. കാൽനൂറ്റാണ്ടോളമായി ഈ വീട്ടിൽ എല്ലാം കൃത്യമായി നടക്കുന്നു.

ദാസിന്റെ മദ്യപാനവും.

ഞാൻ അകത്തേക്ക് ചെന്ന് വളകളും വാച്ചും ഊരിവച്ചു. ചുരിദാ റിന്റെ മേലുടുപ്പും കാലുറകളും അഴിച്ചു കട്ടിലിലേക്കിട്ടു. ഇരുകൈയും പിന്നിലേക്കിട്ട് കറുത്ത ബ്രായുടെ ഇറുകിയ കൊളുത്തുകൾ വിടർത്തി അതും കട്ടിലിലേക്കിട്ടു. പിന്നെ ഒന്ന് ശ്വാസം അയച്ചുവിട്ടശേഷം വേച്ചു വേച്ചു കുളിമുറിയിലേക്ക് നടന്നു. കുളിമുറിച്ചെരിപ്പിൽ കാൽ വഴുക്കാതെ പുറത്തിറങ്ങുമ്പോഴേക്കും ഞാനഴിച്ചിട്ടിരുന്ന വിയർപ്പുനാറുന്ന വസ്ത്ര ങ്ങൾ അയയിലും സ്റ്റീൽസ്റ്റാന്റിലുമായി പതിവനുസരിച്ച് ഇവൾ എടുത്തു തൂക്കിയിരുന്നു.

കഴുത്തിലും കക്ഷത്തിലും ശീതസുഗന്ധിയായ കുപ്പിയിലെ ചെറുകാറ്റടിപ്പിച്ച് മഞ്ഞനിറമുള്ള ഒറ്റയുടുപ്പിട്ടുകൊണ്ട് ഞാൻ പുറത്തെ മുറിയിലേക്ക് ചെല്ലുമ്പോൾ ഇവൾ ചായയുമായി കാത്തുനിൽപ്പുണ്ടാ യിരുന്നു.

'എന്താണിവളുടെ ശരിയായ പേര്?'

ചായ കുടിക്കുമ്പോഴും ഇവളുടെ പതിവ് വർത്തമാനങ്ങൾ കേൾക്കു ന്നതായി ഭാവിക്കുമ്പോഴും ഞാനാലോചിച്ചു.

മക്കൾ വിളിക്കുന്ന 'പൂച്ചി മാ' എന്ന പേര് മക്കൾതന്നെ കണ്ടുപിടി ച്ചതാണ്. ശരിക്കുമുള്ള പേര് പുരന്ധരിയെന്നോ പുത്തലിയെന്നോ ആണെന്നുതോന്നുന്നു.

മാപ്പില്ലാത്ത ഒരു മറവിയായിരുന്നു അത്.

എന്റെ യൗവനാരംഭത്തിൽ ഒരു ഉച്ചനേരത്താണ് അന്ന് മധ്യവയ സ്കയായിരുന്ന ഇവൾ വീട്ടിലേക്ക് വന്നത്. ചരൺബാബു എന്ന കുടും ബസുഹൃത്താണ് ഒരു ജോലിക്കാരി എന്ന നിലയിൽ ഇവരെ ഞങ്ങളുടെ വീട്ടിലെത്തിച്ചത്. അപ്പോൾ സിനിമയ്ക്ക് പോകാനുള്ള തിരക്കിലായി രുന്നു ഞാനും ചേച്ചിയും. ഞങ്ങൾക്ക് തുണവരുന്ന ചേച്ചിയുടെ സുഹൃ ത്ത് തീയേറ്ററിലെത്തിയതായി വിവരം ലഭിച്ചിരുന്നു. അതിനാൽ ഞങ്ങൾ ധൃതിയിലായിരുന്നു.

സിനിമയ്ക്കുശേഷം അസ്തമയപ്രഭയിൽ ബീച്ചിലൊരുവട്ടം സൈ ക്കിലും ചവിട്ടിയിട്ടാണ് ഞങ്ങൾ തിരിച്ചെത്തിയത്. വന്നനേരംമുതൽ ഇവൾ ഒരുനിമിഷം പോലും മടിയില്ലാതെ ജോലിതുടങ്ങിയെന്ന് അമ്മ ഞങ്ങളോടും അച്ഛനോടും അത്താഴസമയത്ത് പറഞ്ഞു.

പക്ഷേ അന്നോ അടുത്ത പത്തുവർഷക്കാലമോ വീട്ടിൽപ്പോലും ഞാനിവളെ മനുഷ്യസ്ത്രീയായി പരിഗണിച്ചതേയില്ല. ഇവൾക്കു മനസി ലാവുംവിധം പലപ്പോഴും ക്രൂരമായിത്തന്നെ എന്റെയും ചേച്ചിയുടെയും സദസുകളിൽനിന്ന് ഞാനിവളെ ഒഴിവാക്കുകയും ചെയ്തു. എന്നിട്ടും ചേച്ചിക്കു കൊടുക്കുന്നതിനെക്കാളേറെ സഹായം ഇവളെനിക്കു ചെയ്തു തന്നുകൊണ്ടിരുന്നു.

ഇവളെ ആ രീതിയിൽ ഒഴിവാക്കാനുള്ള കാരണങ്ങളിലൊന്ന് അക്കാ ലത്തൊക്കെ എനിക്കുണ്ടായിരുന്ന അഹങ്കാരമായിരുന്നു. നിറം മങ്ങിയ

വിദ്യാഭ്യാസമില്ലാത്ത വേലക്കാരിസ്ത്രീയെ എന്റെ പ്രായത്തിനും ചുളി
വുകളില്ലാത്ത സൗന്ദര്യത്തിനും ഉൾക്കൊള്ളാനന്ന് കഴിയുമായിരുന്നില്ല.
സുന്ദരിയാണെങ്കിലും സ്വതേ വായാടിയായ ചേച്ചി പലവട്ടമെന്നോട്
ചോദിച്ചിട്ടുണ്ട്, എന്തിനാണ് ഞാനിവളെ ഇങ്ങനെ വേദനിപ്പിക്കുന്നതെന്ന്.
ഉത്തരം പറയാതെ ചേച്ചിയെ ഞാൻ തുറിച്ചുനോക്കുകയായിരുന്നു
പതിവ്.

അക്കാലത്ത് എന്റെ ആരാധ്യപുരുഷൻ ഹിറ്റ്‌ലറായിരുന്നു. കുട്ടിക്കാ
ലത്ത് നാസിയാവാൻ ആഗ്രഹിച്ചിരുന്നുവെന്ന് ഗുന്തർഗ്രാസ് എഴുതിയി
ട്ടുണ്ടല്ലോ. ബീഹാറികളെ പൊതുവേതന്നെ ഞങ്ങൾ ബംഗാളികൾക്ക്
ഇഷ്ടമായിരുന്നില്ല. നാസികൾക്ക് ജൂതന്മാരെയെന്നപോലെ.

പലപ്പോഴും അച്ഛന്റെ ലൈബ്രറിയിൽ ഇരുന്ന് വലിയ വായനക്കാരി
യായി സമയം ചെലവിടാനായിരുന്നു എനിക്കിഷ്ടം.

വർഷങ്ങൾ കഴിഞ്ഞ് ഞാൻ ദാസിനെ വിവാഹം ചെയ്ത് കുടും
ബവും ജോലിയുമായി ദൽഹിയിലേക്കു പോന്നപ്പോൾ അമ്മ എനിക്കു
തുണയായി കൂടെയയച്ചത് ഇവളെയാണ്. ചേച്ചി അതറിഞ്ഞ് അവളുടെ
ഭർത്താവിനോട് കുറേ ചിരിച്ചുവത്രേ.

എന്തായാലും പിന്നീടുള്ള ജീവിതത്തിൽ ഞാനിവളെ അവഗണി
ക്കാതിരിക്കാൻ തുടങ്ങി. അതിനകം ഹിറ്റ്‌ലറെയും നാസികളെയും
ഗുന്തർഗ്രാസിനെയും ഞാൻ കഠിനമായി വെറുക്കാനും തുടങ്ങിയിരുന്നു.
വാസ്തവത്തിൽ ദാസിനെയും ചെറിയ മക്കളെയും നോക്കാൻ ഇവളെ
നിക്ക് വലിയൊരു സഹായം തന്നെയായിരുന്നു. ഇപ്പോൾ കാൽനൂറ്റാ
ണ്ടുകഴിഞ്ഞതിനുശേഷം ഈ സന്ധ്യക്ക് ചിരിച്ചുകൊണ്ടാണെങ്കിലും
ഇവളുടെ പേര് ചോദിക്കുകയാണെങ്കിൽ അതിലും ആഴത്തിൽ ഈ
സാധുസ്ത്രീയെ അപരിചിതയാക്കാനാവുകയില്ലെന്ന് എനിക്കു തോന്നി.

അപരിചിതത്വമാണ് പലപ്പോഴും കൊടിയ വേദന തരുന്നത്.
ദാസിന്റെ കാര്യംതന്നെ അങ്ങനെയല്ലേ?

ഞാനാലോചിച്ചു.

ചിലപ്പോളുണ്ടാകാറുള്ള എന്റെ പ്രതിസന്ധിഘട്ടങ്ങളിൽ ദാസ്
എന്നോട് പരിചയമേ ഇല്ലാത്ത ഭാവത്തിലാവും പെരുമാറുക. അപ്പോ
ഴൊക്കെ ഞാനോർക്കുക, ഒന്നു പരിചയം കാണിച്ച് വസുധേ എന്നോ
ഏറ്റവും സ്നേഹമുള്ളപ്പോൾ ദാസ് വിളിക്കാറുള്ള ലിലീ എന്നോ എന്നെ
ഒന്നു വിളിച്ചിരുന്നെങ്കിൽ എന്നായിരിക്കും. എങ്കിൽ അപ്പോൾ ഞാനെടു
ത്തണിഞ്ഞിരിക്കുന്ന ദേഷ്യമോ സങ്കടമോ ഉത്തരം കിട്ടാത്ത ആ വലിയ
ശൂന്യതയോ വലിച്ചെറിഞ്ഞ് ഞാൻ ലോകത്തോട് പുഞ്ചിരിക്കുമായിരുന്നു.
പക്ഷേ ദാസ് അപരിചിതയെ നോക്കുംപോലെ എന്നെ അവഗണിച്ച് പതി
വായി കടന്നുപോകുകയേയുള്ളൂ.

ചായ കുടിച്ചുകൊണ്ട് ചൂരൽമെടഞ്ഞ കസേരയിലേക്ക് കാലെടു
ത്തുവച്ച് ഞാൻ ചാരിക്കിടന്നു.

"മാ, ദാസ് എപ്പോഴാ പോയത്..?"

അടുക്കളയിലേക്ക് നടന്നുകൊണ്ടുതന്നെ ഇവൾ മറുപടി പറയുന്നത് കണ്ണടച്ചു കിടന്നുകൊണ്ട് എനിക്കു തിരിച്ചറിയാം.

"ശകലം മുന്നേ."

അതാണ് മനപ്പൂർവമുണ്ടാക്കുന്ന അപരിചിതത്വം.

അൽപ്പംകൂടി കാത്താൽ ദാസിന് ഞാൻ വന്നശേഷം പുറത്തു പോകാം. ദാസ് എന്തിനെങ്കിലും പുറത്തുപോകുന്നതിന് ഞാനൊരിക്കലും തടസമല്ല. എന്നോടൊപ്പം ഒരു ചായകുടിച്ച് എന്നോടൊപ്പം കുറച്ചു വർത്ത മാനം പറഞ്ഞിട്ട് പോകണമെന്നേ ഞാനാഗ്രഹിക്കാറുള്ളൂ. എന്നിട്ട് പോയി കുടിച്ചോട്ടെ. സന്തോഷിച്ചോട്ടെ. ഒരു ഡോക്ടറായിരുന്ന ദാസിന് ഞാൻ പറയാതെതന്നെ രോഗങ്ങളെപ്പറ്റി അറിയാം. വീക്കംവന്ന കരളിന്റെ ലക്ഷ ണങ്ങൾ ദാസിന്റെ ദുർമേദസടിഞ്ഞ ശരീരം പ്രകടമാക്കിത്തുടങ്ങിയത്, എന്നെ ഒളിപ്പിക്കാൻ നടത്തുന്ന ശ്രമങ്ങൾ വിജയിക്കുന്നതും കുറവായി ത്തുടങ്ങിയിരുന്നു.

അതിനർഥം ദാസ് ദാസിന്റെ ശരീരത്തെ ഭയപ്പെടുന്നുവെന്നല്ലേ?

"മാ, രൂപ ഇന്നും പാലുമാത്രം കുടിച്ചിട്ടാണോ രാവിലെ പോയത്."

അടുക്കളയുടെ കുഴിയിൽനിന്ന് ഇവൾ വിളിച്ചുപറഞ്ഞതും ഞാൻ കേട്ടു.

"അല്ലാതെപിന്നെ. എന്നെക്കൊണ്ടുവയ്യ പിന്നാലെ നടക്കാൻ."

രൂപ ഇളയതാണ്. പതിനൊന്നുവയസ്സ്. തടി വയ്ക്കാതിരിക്കാൻ അവൾ ആഹാരം കഴിക്കുകയില്ല. പതിനൊന്നുവയസിൽ ശരീരത്തെപ്പറ്റി എനിക്കൊന്നുമറിയില്ലായിരുന്നു. ഒന്നും.

"വീണയോ? ഓട്സ് കഴിച്ചോ..?"

"ശകലം. നിർബന്ധിച്ചപ്പോ ചീത്ത പറഞ്ഞു."

ഞാനും നിങ്ങളെ ഒരുപാട് ചീത്ത പറഞ്ഞിട്ടില്ലേ മാ..?

അത് മനസിൽ ചോദിച്ചതേയുള്ളൂ. ഇവൾ മറന്നുകാണുമോ അതൊക്കെ?

ഇവിടെ ദില്ലിയുടെ ആരവത്തിലേക്ക് ദാസിനൊപ്പം വന്ന് മക്കളെ പ്രസവിച്ചുകഴിഞ്ഞാണ് ഞാൻ ഇവളുമായി മാനസികമായി വല്ലാതെ അടു ത്തത്.

പ്രസവകാലങ്ങളിൽ ശരിക്കും എന്റെ അമ്മയെക്കാൾ നന്നായി അരി കത്തുതന്നെനിന്ന് എന്നെ നോക്കിയത് ഇവളാണ്. അപ്പോൾ മുതലാണ് ഞാനിവളെ മാ എന്നുതന്നെ വിളിച്ചുതുടങ്ങിയത്. ആദ്യമൊക്കെ ഇവൾ അതുകേൾക്കേ പരിഭ്രമിച്ചിരുന്നു. കണ്ണൊക്കെ തുറിച്ച് ഒരുതരം ഭയപ്പാ ടോടെതന്നെ എന്നെ നോക്കുമായിരുന്നു. പിന്നെപ്പിന്നെ ആ വിളിയോട് ഇവൾക്കു പൊരുത്തപ്പെടാൻ വേണ്ടിയാവണം അതു കേൾക്കുമ്പോൾ എനിക്കു മുഖം തരാതായി. വാസ്തവത്തിൽ ചെറുപ്പത്തിൽ ഞാനിവ ളോടുകാണിച്ച അനാദരവിനും അവഗണനയ്ക്കും പിൽക്കാലത്ത് ഞാനി വളോട് നല്ലതുപോലെ കരുണ കാണിക്കുകയായിരുന്നു.

കഴിഞ്ഞ കുറേ വർഷങ്ങളായി ഞാൻ പുറത്തുപോവുമ്പോൾ, ദാ സിനൊപ്പമായാലും തനിച്ചായാലും, ഇവളെക്കൂടി കാറിൽ കയറ്റാറുണ്ടാ യിരുന്നു. ദില്ലിയുടെ വീഥികളിലൂടെ താനിതൊന്നും കണ്ടില്ലെങ്കിലും അടുത്ത ജന്മത്തിന് വ്യത്യാസമൊന്നും വരാൻ പോകുന്നില്ല എന്നമട്ടിൽ ഇവൾ നിർവികാരമായി പുറത്തേക്ക് നോക്കിയിരിക്കും.

അങ്ങനെയൊരിക്കലാണ് പൂച്ചി മായെ ഞാൻ കണ്ണുവൈദ്യന്റെയ ടുക്കൽ കൊണ്ടുപോയത്. ഇവളുടെ കാഴ്ച നന്നായി കുറയുന്നുണ്ടായി രുന്നു. പോരാത്തതിന് തിമിരവും. ഇവൾ എതിർത്തിട്ടും അടിയന്തരമായി ത്തന്നെ പണം മുടക്കി തിമിരശസ്ത്രക്രിയയും നടത്തി. തുടർന്ന്, സംസാരംപോലും നിഷേധിക്കപ്പെട്ടനിലയിൽ ഇവൾക്ക് രണ്ടാഴ്ചത്തെ വിശ്രമം എടുക്കേണ്ടിവന്നു.

ആ സമയത്ത് യാതൊരു വെറുപ്പും ഉദാസീനതയും കാണിക്കാതെ അവധിയെടുത്ത് ഞാൻ വീട്ടിലിരുന്നു. പക്ഷേ ഞാൻ ചായയും പലഹാ രവും ഉണ്ടാക്കിക്കൊടുത്തപ്പോൾ ആദ്യമാദ്യം അരുതാത്തത് നേരിടും പോലെ ഇവൾ കഴിക്കാൻ വിസമ്മതിച്ചു. അപ്പോഴൊക്കെ തന്റെ മക്ക ളുടെ സമീപത്തേക്ക് തന്നെ അയക്കണമെന്ന് ഇവൾ കേണു. അവിടെ ഇത്ര കൂടി ഇവളെ നോക്കാൻ ഒരാൾ കാണില്ലെന്ന് എനിക്കറിയാമായി രുന്നു. കൊണ്ടുചെല്ലുന്ന ശമ്പളവും മടിശ്ശീലയിലെ സ്വകാര്യ വഴിക്കാശും തീർന്നാൽ തന്നെ പറഞ്ഞയക്കാൻ തിരക്കുകൂട്ടുന്ന മരുമകളെപ്പറ്റി ഇവ ളെന്നോട് പറഞ്ഞിട്ടുണ്ട്.

വിശ്രമത്തിന്റെ ആ ദിവസങ്ങളിലാണ് ഇവൾ നിശ്ശബ്ദമായി കര യുന്നത് ഞാനാദ്യമായി കണ്ടത്. കരയരുതെന്ന് ഡോക്ടർ വിലക്കിയി രുന്നിട്ടും മൂടിക്കെട്ടിയ കണ്ണിനടിയിലൂടെ പലപ്പോഴും കണ്ണീർ ഒലിച്ചിറ ങ്ങി. അവിചാരിതമായ വിശ്രമം ഇവളെ ലജ്ജിപ്പിക്കുന്നതും കുറ്റകരമായ തെറ്റാണ് തന്റെ ഈ വിശ്രമമെന്ന ബോധത്തിലേക്ക് ചിത്തബോധം ഒരു തരം പീഡനാസക്തിയോടെ ഇവളെ നയിച്ചുകൊണ്ടിരിക്കുന്നതും ഞാന റിഞ്ഞു. അത് ഞാൻ മനസിലാക്കി എന്ന് ഇവളെ അറിയിക്കാതിരിക്കാൻ ഞാൻ ദാസിനോട് ഉച്ചത്തിൽ വഴക്കുണ്ടാക്കി. ദാസിനത് മനസിലായ തുമില്ല.

ചാരിക്കിടന്നുകൊണ്ടുതന്നെ ഞാൻ കണ്ണുതുറന്നുനോക്കി.

അടുക്കളയുടെ കുഴിയിൽനിന്ന് പാത്രങ്ങൾ കലമ്പുന്നത് കേൾക്കാം.

ആദ്യകാലങ്ങളിലൊക്കെ ഞാൻ കഴിവതും അടുക്കളയിലേക്ക് പോവുകയില്ലായിരുന്നു. കുട്ടിക്കാലം മുതലേയുള്ള ശീലം. വൈകിട്ടു വന്നുകഴിഞ്ഞാൽ ഓഫീസിലെ ജോലിഭാരത്തിന്റെ ക്ഷീണം തീർക്കാൻ പുസ്തകങ്ങൾ വായിച്ചുകൊണ്ടിരിക്കും. കണ്ണുവേദനിക്കുമ്പോൾ പുസ്ത കമടച്ചുവച്ച് കിടക്കും. അല്ലെങ്കിൽ പഠിക്കുന്ന മക്കൾക്കരികിലിരിക്കും. അതുമല്ലെങ്കിൽ ഹിന്ദിപാട്ടുകൾ കേട്ട് കിടപ്പുമുറിയിൽ തനിച്ചുകിടക്കും.

ഇപ്പോൾ കുറച്ചുകാലമായി തീരെ വയ്യാതായിട്ടില്ലെങ്കിൽ ഞാൻ അടു ക്കളയിൽപോയി വെറുതെ ഇവളുടെ കൂടെ നിൽക്കാറുണ്ട്. ആദ്യമൊക്കെ

അത് ഇവൾക്കമ്പരപ്പായിരുന്നു. താൻ ചെയ്യുന്നതൊന്നും എനിക്കു പിടി ക്കാതായിത്തുടങ്ങിയോ എന്ന സന്ദേഹമായിരുന്നു ആദ്യം. അതോടുകൂടി എന്നെക്കാണിക്കാനായി കൂടുതൽ വൃത്തിയോടെ ഇവൾ പെരുമാറാൻ തുടങ്ങി. കഴുകിവച്ച പാത്രങ്ങളും മറ്റും വീണ്ടും വീണ്ടും ജലപ്പിശാചി നെപ്പോലെ കഴുകുന്നതുകണ്ടപ്പോൾ എനിക്ക് ഉഗ്രമായ കോപം വന്നു. ഇവളുടെ ആ മനോഭാവം വാസ്തവത്തിൽ കാലങ്ങളായുള്ള എന്റെ പെരുമാറ്റത്തിലൂടെ ഞാൻ തന്നെ ഉണ്ടാക്കിവച്ചതായിരുന്നു. അത് മാറ്റി യെടുക്കാൻ വേണ്ടി അൽപ്പം ശകാരത്തോടെ നാലഞ്ചുവട്ടം സംസാരി ക്കുകയും ക്ഷമയോടെ അടുക്കളയിൽപ്പോക്ക് ഞാൻ തുടരുകയും ചെയ്തു. ദാസിന്റെ അസാന്നിധ്യത്തിൽ ഒരു കൂട്ട് എനിക്കത്യാവശ്യമാ യിരുന്നു. അങ്ങനെയാണ് അടുക്കളയിലെ എനിക്കിഷ്ടമല്ലാത്ത ഉള്ളിമ ണത്തെയും മുട്ടമണത്തെയും ഞാൻ നിവൃത്തിയില്ലാതെ സ്നേഹിച്ചത്.

കേൾവിക്കാരനായി ദാസിനെ കിട്ടാതായതോടെ ഞാൻ ഇവളോട് പലകാര്യങ്ങളും സംസാരിക്കാൻ തുടങ്ങിയിരുന്നു. അതിന്റെയെല്ലാം ആരംഭം അടുക്കളയിൽ നിന്നായിരുന്നു.

ദാസിനെപ്പറ്റി, മക്കളുടെ മുന്നിൽവച്ചുപോലും പരിസരം മറന്ന് ഞാൻ ദാസിനോട് കലഹിക്കുന്നതിനെപ്പറ്റി, ഞങ്ങളുടെ മുറിഞ്ഞുമുറിഞ്ഞു കൂടി ച്ചേരുന്ന ദാമ്പത്യത്തെപ്പറ്റി, വായിച്ച പുസ്തകങ്ങളെപ്പറ്റി, ഓഫീസിലെ ഓരോ സ്വഭാവമുള്ള ആളുകളെപ്പറ്റി, വീണയെ ഒഡീസി പഠിപ്പിക്കുന്ന ഗുരുവിന്റെ വീട്ടിലെ അത്രയെയൊന്നും ചൊടിയില്ലാത്ത ജോലിക്കാരനെപ്പറ്റി, അയാൾക്ക് എന്നെക്കാണുമ്പോഴുള്ള വിറയലിനെപ്പറ്റി, വിറച്ചുകൊണ്ടാ ണെങ്കിലും എന്നെ കാണാനായി ഉദ്യാനത്തിനരികിൽ പൈപ്പും പിടിച്ച് പതിവായി നിൽക്കുന്നതിനെപ്പറ്റി...

കഷ്ടമായിരുന്നു ഇവളുടെ സാഹചര്യങ്ങളും. റിക്ഷാക്കാരനായി രുന്ന ഭർത്താവ് ഇവളെവിട്ട് പോയപ്പോഴാണ് ചരൺബാബു ഇവളെ ഞങ്ങ ളുടെ വീട്ടിലേക്ക് കൊണ്ടുവന്നത്. അന്നിവൾക്ക് മൂന്ന് മക്കളുണ്ടായിരുന്നു. ഇപ്പോഴും അവരുണ്ട്. എല്ലാവരും വിവാഹിതരും തനിബീഹാറികളുമായി കഷ്ടത്തിൽ കഴിയുന്നു. ഇപ്പോഴും ഒരു ബീഹാറിക്ക് സ്വപ്നം കാണാൻ കഴിയാത്ത ജീവിതമാണല്ലോ ഇവൾക്കിവിടെ ലഭിച്ചുകൊണ്ടിരിക്കുന്നത്.

ദാസ് കുറേ ദിവസങ്ങൾ വീട്ടിൽനിന്ന് വിട്ടുനിൽക്കുമ്പോഴോ, വീണയോ രൂപയോ ദില്ലിയിൽത്തന്നെയുള്ള എന്റെ ചേച്ചിയുടെ വീട്ടിൽ പോയി തങ്ങുമ്പോഴോ അല്ല, ആറുമാസത്തിലൊരിക്കൽ മക്കളെക്കാ ണാൻ ഇവൾ ചെറിയ സഞ്ചിയുമായി ഇറങ്ങിപ്പോകുമ്പോൾ മാത്രമാണ് ഇപ്പോൾ ഈ വീടുറങ്ങിപ്പോകുന്നത്.

പിന്നീട് ഇവൾ വരുന്നതുവരെ ഞാൻ വേണം വീട്ടിലെ മുഴുവൻ കാര്യങ്ങളും നോക്കാൻ. അതായിരുന്നില്ല എന്റെ ശരിയായ പ്രശ്നം. സഹവർത്തിത്വത്തിന്റെ അഭാവത്തിലെ കഠിനമായ വരൾച്ചയായിരുന്നു.

വീട്ടുതാക്കോലിന്റെ പകർപ്പ് എന്റെ കൈയിൽക്കാണും. ഉന്മേഷര ഹിതമായ കാലുകളോടെ വൈകുന്നേരങ്ങളിൽ ആരുമില്ലാത്ത വീട്ടിലേക്ക്

ഞാൻ തനിയെ കയറിവരും. ചായ വച്ചുകുടിക്കാൻ തോന്നാതെ വേഷം പോലും മാറാതെ സെറ്റിയിൽക്കിടക്കും. ദാസിന്റെ പകൽവാസത്തിന്റെ പ്രതിഫലനമായി എല്ലാമുറികളും വലിച്ചുവാരിയിട്ടനിലയിൽ ഭംഗി വെടിഞ്ഞ് കിടപ്പുണ്ടാകും. ഓരോ മുറിയിലും മണക്കുന്ന മദ്യഗ്ലാസുകളും ഉണ്ടാകും.

കോപത്തോടെ അങ്ങുമിങ്ങുംനോക്കി പൂച്ചി മാ എന്നെനിക്കു ഉറക്കെ വിളിക്കാൻ തോന്നും.

ദില്ലിയിൽ വന്ന കാലത്ത് ഞാനിവളെ ഇവളുടെ വീട്ടിൽപ്പോലും വിടുമായിരുന്നില്ല. രണ്ടുകൊല്ലത്തിലൊരിക്കൽ കെഞ്ചിപ്പറഞ്ഞാൽ മാത്രം രണ്ടുദിവസത്തേക്ക് വീട്ടിലേക്ക് പറഞ്ഞയക്കും. എന്റേതായ കാരണങ്ങ ളുണ്ടായിരുന്നു അതിന്. ഒന്ന്, ഇവളെ എനിക്കിഷ്ടമല്ലെന്നറിഞ്ഞുകൊ ണ്ടുതന്നെ എന്നോടൊപ്പമയച്ച എന്റെ അമ്മയോടുള്ള വാശി. രണ്ട്, ഇവൾക്കുമേൽ എന്റെ പ്രഭാവം എത്രയുണ്ടെന്ന് കാണിച്ചുകൊടുക്കാ നുള്ള വിലകുറഞ്ഞ മനോനില.

ഇപ്പോൾ മൂന്നുവർഷത്തോളമായി ആറുമാസത്തിലൊരിക്കൽ ഞാനിവളെ നിർബന്ധമായി ഈ കുഴിയിൽനിന്ന് കരകയറ്റി വീട്ടിൽ പറ ഞ്ഞുവിടാറുണ്ട്.

നിർമാണവേളയിൽ ഈ വീടിന്റെ ഉടമസ്ഥർ കാണിച്ച രസകരമായ പാളിച്ചകാരണം ഇതിന്റെ അടുക്കളമാത്രം കുഴിയിലിറങ്ങിപ്പോയി. അതു കൊണ്ടുതന്നെ ഞങ്ങൾ ഈ വീട് വാങ്ങുമായിരുന്നില്ല. പക്ഷേ ഞങ്ങ ളുടെ കൈയിലുണ്ടായിരുന്ന അപ്പോഴത്തെ പണത്തിന് ഈ വീട് പാക മായിരുന്നു. പിന്നീട് സ്വന്തമായി വീട് കെട്ടിമാറാമെന്നും അപ്പോഴിത് വിൽക്കാമെന്നുമായിരുന്നു അന്നത്തെ ഞങ്ങളുടെ അഭിപ്രായം. പക്ഷേ, അതിനുശേഷമാണ് അപ്രതീക്ഷിതമായി ദാസ് വൈദ്യവൃത്തി അവസാ നിപ്പിച്ചത്.

ഒരുദിവസം ക്ഷീണിതയായി ഞാൻ ഓഫീസിൽനിന്നുവരുമ്പോൾ ദാസ് സെറ്റിയിൽക്കിടന്ന് വറുത്ത ഉരുളക്കിഴങ്ങ് മല്ലിയരച്ച ചട്ണിയിൽ മുക്കി കഴിക്കുന്നുണ്ടായിരുന്നു. എനിക്ക് അമ്പരപ്പ് തോന്നി. ക്ലിനിക്കിൽ പകൽ മുഴുവനും വീട്ടിൽ രാത്രി എട്ടരവരെയും രോഗികൾ ദാസിന്റെ മു ന്നിൽ കാത്തിരിക്കുന്നത് പതിവായിരുന്നു. പിന്നെ ക്ലിനിക്കിലെ വാർഡ് സന്ദർശനവും കഴിഞ്ഞ് ബാറിലും കയറി പത്തുമണിയാകും ദാസ് വീട്ടി ലെത്താൻ. ഞാൻ ചോദിച്ചു:

"എന്താ പറ്റീത്?"

"ഒന്നും പറ്റീല്ല."

"പിന്നെ, ആശുപത്രിയിൽ പോകാതെ..?"

"ഓ, ഇനി ഞാനങ്ങോട്ടില്ല.."

അതുകേട്ടപ്പോൾ അവിശ്വാസത്തോടെ ഞാൻ ദാസിനരികിൽ ത്തന്നെ ഇരുന്നു മണം പിടിച്ചുനോക്കി. വിസ്കിയുടെ മണം എനിക്കു കിട്ടി. അതുമനസിലാക്കി ദാസ് സമ്മതിച്ചു.

"നീ മണത്ത് കഷ്ടപ്പെടേണ്ട. നാലല്ല അഞ്ചായി. അതുകൊണ്ട് രാത്രി കഴിക്കുന്നില്ല."

"ദാസിനെന്തുപറ്റി.. എന്താ ഉണ്ടായത്..?"

പരിഭ്രമത്തോടെ ഞാൻ തിരക്കി. എനിക്കൊന്നും തീരുമാനിക്കാനായില്ല. പതിവായി ജോലിക്കുപോയിക്കൊണ്ടിരുന്ന, തൊഴിൽരംഗത്ത് സൽപ്പേരുനിലനിർത്തിയ ഒരാൾ പെട്ടെന്ന് ജോലി ചെയ്യുന്നില്ലെന്ന് തീരുമാനിക്കുമോ? അതായിരുന്നു എന്റെ സംശയം.

ക്രമേണ എനിക്കു മനസിലായി, ആരെങ്കിലുമായി അഭിപ്രായഭിന്നത വന്നിട്ടോ തൊഴിൽ വിരസമായിട്ടോ ശമ്പളം കുറവായിട്ടോ ആയിരുന്നില്ല ദാസിന്റെ പിന്മാറ്റം. അത് തികച്ചും സ്വാഭാവികമായിരുന്നു.

പണ്ട്, പഠിക്കുന്ന കാലത്ത് ഞങ്ങൾ കണ്ടുമുട്ടിയിരുന്നപോലെ സ്വാഭാവികം.

മേരാ കുഛ് സമാൻ, തുമാരേ പാസ് പഢാ ഹേ പാട്ടുപോലെ സ്വാഭാവികം.

ഇഷ്ടമായത് ആ രണ്ടുഘടകങ്ങളാണ്.

ചിത്തരഞ്ജൻദാസ് എന്നപേർ.

എൺപതുകളെ കോരിക്കുടിക്കുന്ന ഹിന്ദിപ്പാട്ടുകൾ.

ദാസിന്റെ അനാവശ്യമായ മടിപിടുത്തത്തോടെ ഞങ്ങളുടെ സാമ്പത്തികനില ഒന്ന് ഉലഞ്ഞു. രണ്ടുമാസത്തെ വീട്ടിലിരിപ്പിനുശേഷം വൈദ്യവൃത്തി വിടാനുള്ള കാരണം ദാസ് സ്വയം പുറത്തവതരിപ്പിച്ചു. എന്നെ ചെറുതായി പേടിച്ചുതന്നെയായിരുന്നു രണ്ടുമാസത്തെ മൗനാവധി ദാസ് കൈക്കൊണ്ടത്.

ദാസിനു പഴയപോലെ നാടകങ്ങൾ ചെയ്യണം.

ഞാൻ ഞെട്ടിപ്പോയി. ഒരു മണിമുഴക്കത്തോടെ ഏതോ ചുവന്ന കർട്ടൻ ഞങ്ങൾക്കിടയിൽവീണു. വെളിച്ചത്തിന്റെ ഭയങ്കരമായ ആ പതനത്തിൽ ഞാൻ അമ്പരന്നുപോയി. തിരശ്ശീലയിൽ വീണ ചുവപ്പിന്റെ തീക്ഷ്ണതയിൽ എന്റെ സർവകോശങ്ങളും വിറച്ചു. ദാസ് അതൊന്നും ശ്രദ്ധിച്ചില്ല. പിന്നെപ്പിന്നെ എനിക്കുതോന്നി പകൽ മുഴുവൻ കുടിക്കാനുള്ള പുറപ്പാടിനെയാണോ നാടകമെന്നു പറയുന്നത്!

അത്തരത്തിൽ പെരുകിയ വഴിവിട്ട മദ്യപാനരാത്രികളിലൊന്നിലാണ് ഞാനൊരിക്കൽ ഇവളെ കെട്ടിപ്പിടിച്ച് കരഞ്ഞത്. ഏതാണ്ട് ഒരുവർഷം മുമ്പ് പുലർച്ചെ മൂന്നുമണിയോട് അടുപ്പിച്ചായിരുന്നു അത്. അത്രനേരവും ദാസ് വീട്ടിലെത്തിയിരുന്നില്ല. ഞാൻ പുറത്തെ സെറ്റിയിൽ പാതി ഉറങ്ങിയും ഉറങ്ങാതെയും ചുരുണ്ടുകിടക്കുകയായിരുന്നു; ഓരോ ഘടികാ രമണിയിലും കൺമിഴിച്ചുകൊണ്ട്.

ഇടയ്ക്കിടെ രണ്ടോമൂന്നോ തവണ ഇവളുണർന്ന് വന്ന് എന്നോടു പോയിക്കിടക്കാൻ പറഞ്ഞിരുന്നു. ഞാൻ അനുസരിച്ചില്ല. പക്ഷേ, പഴയതുപോലെ ഇവളോട് ദേഷ്യപ്പെട്ടതുമില്ല.

സാധാരണ ദാസിനെ ഞാനങ്ങനെ കാത്തിരിക്കാറില്ല. മക്കളെ ഉറ ക്കുന്നതോടൊപ്പം ഞാനുമുറങ്ങും. അന്ന് പക്ഷേ ഞങ്ങളുടെ വിവാഹദിന മായിരുന്നു. വിവാഹദിനമല്ല, വിവാഹത്തിനുമുമ്പ് ആദ്യമായി ഞങ്ങൾ സഹശയനം നടത്തിയദിനം. പക്ഷേ ദാസും ഞാനും ആ ദിനത്തിന്റെ അതേ മൂർച്ചയിൽ എല്ലാക്കൊല്ലവും ആ ദിവസത്തെ കാത്തിരിക്കാറു ണ്ടായിരുന്നു. മറ്റാർക്കും അതിനെപ്പറ്റി അറിയുകയുമില്ലായിരുന്നു. അക്കൊല്ലത്തെ ആ ദിവസത്തിനുള്ള എന്റെ സമ്മാനം ഞാൻ തലേന്നു തന്നെ വാങ്ങിവച്ചിരുന്നു. ദാസ് എനിക്കുതരുന്ന സമ്മാനമെന്താണെന്ന റിയാൻ വല്ലാത്ത ആകാംക്ഷയുമുണ്ടായിരുന്നു എനിക്ക്.

അന്ന് മൂന്നുമണി അടിച്ചപ്പോൾ എല്ലാ ഉറക്കവും വിട്ട് ഞാനുണർന്നു. പിന്നെ ശരിക്കും തോന്നിയ ദേഷ്യത്തോടെ ദാസിന്റെ സെൽഫോണിൽ വിളിച്ചു. ദാസ് ഫോണെടുത്താൽ ഞാനെന്തുതന്നെ ശകാരിക്കുമെന്ന് എനിക്കുതന്നെ അറിയില്ലായിരുന്നു. പതിവുപോലെ മുഴുവൻ ബെല്ലടി ച്ചിട്ടും ദാസ് ഫോണെടുത്തില്ല. ഞാൻ ദാസിന്റെ നാടകക്കാരായ സുഹൃ ത്തുക്കളെ ഓരോരുത്തരെയായി ഫോണിൽവിളിച്ചു ദാസിനെപ്പറ്റി അന്വേ ഷിച്ചു. പലവട്ടം. അവരിലാരുടെയെങ്കിലും കൂടെ ദാസുണ്ടാവുമെന്ന് എനി ക്കുറപ്പുണ്ടായിരുന്നു. ആരും അനുകൂലമായി പ്രതികരിച്ചില്ല. എനിക്കു മുമ്പില്ലാത്തവിധം വാശിയും സങ്കടവും തോന്നിത്തുടങ്ങി. ഞാൻ തുടർച്ച യായി ദാസിനെ വിളിച്ചുകൊണ്ടിരുന്നു. ഒടുക്കം ഫോൺ വലിച്ചെറിഞ്ഞ് അന്വേഷിച്ചുപോകാൻതന്നെ തീരുമാനിച്ചു.

അപ്പോഴാണ് രാത്രി തനിയെ പോകരുതെന്ന് അഭ്യർഥിച്ചുകൊണ്ട് വാതിൽവിരിക്കിടയിലൂടെ കടന്നുവന്ന് ഇവളെന്നെ തടഞ്ഞത്. അപ്രതീ ക്ഷിതമായിരുന്നു ഇവളുടെ ആ കരുതിനിൽപ്പും തുടർന്നുള്ള പ്രത്യക്ഷ പ്പെടലും. ഇവളുടെ മുന്നിൽ എന്റെ ദാമ്പത്യത്തിന്റെ വില വല്ലാതെ ഇടി ഞ്ഞതായി ഞാൻ മനസിലാക്കി. മാത്രവുമല്ല ദാസിനെക്കാത്ത് ഞാൻ സെറ്റിയിൽ കിടന്നിട്ടുള്ളപ്പോഴൊക്കെ അദൃശ്യരക്ഷകയായി ഇവൾ എനിക്കു പിറകിൽ ഉറക്കമൊഴിച്ചിട്ടുണ്ടാകാമെന്നും ഞാൻ വിചാരി ച്ചെടുത്തു. അതോടെ വെറുപ്പൂമാത്രമല്ല വൈരാഗ്യവും എന്നിലുണ്ടായി. ഒരുപാട് നാളുകൾക്കുശേഷം ആദ്യമായി വെറുപ്പോടെ ഞാനിവളെ തള്ളി മാറ്റി. കനമില്ലാത്ത ഒരു തുണിശിൽപ്പം പോലെ ഇവൾ വശത്തേക്ക് വീണുപോയി. അതവഗണിച്ച് ഞാൻ കാറിന്റെ താക്കോലുമെടുത്ത് തിടു ക്കത്തിൽ പുറത്തേക്ക് നടന്നു.

പുറത്തെത്തുമ്പോൾ ദാസിന്റെ കാർ അവിടെക്കിടപ്പുണ്ടായിരുന്നു. എഞ്ചിൻ നിർത്തിയിരുന്നില്ല. പക്ഷേ കാറിലെ വെളിച്ചമണച്ചിരുന്നു. ക്ഷണനേരത്തിനുള്ളിൽ പലവിധ വിചാരങ്ങൾ എന്നിലൂടെ കടന്നു പോയി. എന്റെ കാലുകൾ പെട്ടെന്ന് ചലനം വെടിഞ്ഞ് വികൃതമായ ഒരു ഭാവത്തിൽ അവിടെത്തന്നെ ഉറച്ചു. ദാസ് അപ്പോൾ എത്തിയതേയുള്ളൂ എന്നൊരു സമാധാനം പെട്ടെന്നെനിക്ക് ആവശ്യമായിരുന്നു.

കാറിന്റെ കതകുതുറന്ന് വെച്ചുകൊണ്ടാണെങ്കിലും ദാസ് ഇറങ്ങി വരുമെന്നും എന്നെ നോക്കി ക്ഷമാപണത്തോടെ ചിരിക്കുമെന്നും ഞാൻ കരുതി. അത്രയേറെ ആവർത്തിച്ച് ഞാൻ വിളിച്ചതുകൊണ്ട് എവിടെനി ന്നെങ്കിലും ദാസ് ഓടിവന്നതായിരിക്കുമെന്നും ഞാൻ മനസിലോർത്തു.

അതുകൊണ്ടുതന്നെ കാത്തുനിന്നപ്പോൾ എന്റെ ദേഷ്യമെല്ലാം അലി ഞ്ഞുപോയിരുന്നു. എന്നിട്ടും ദാസ് ഇറങ്ങിവരാതായപ്പോൾ സംശയ ത്തോടെ ഞാൻ കാറിനരികിലേക്ക് ചെന്നു.

ചില്ലുകൾ ഒരൽപ്പം താഴ്ത്തിയിട്ട് സീറ്റുനിവർത്തി സുഖമായി ഉറ ങ്ങുകയായിരുന്നു ദാസ്. വന്നിട്ട് വളരെനേരമായിക്കാണുമെന്നും ഉറക്ക ത്തിന്റെ താളക്രമത്തിലൂടെ എനിക്ക് മനസിലായിരുന്നു.

"ദാസ് സാർ നേരത്തെ ഇറങ്ങിയല്ലോ ദീദീ" എന്ന് ഉറക്കച്ചടവോടെ അൽപ്പം മുമ്പ് പറഞ്ഞ പുനീതിനെ എനിക്കോർമവന്നു. ദാസിനെ വിളി ച്ചുണർത്താതെ പല്ലുകടിച്ചുകൊണ്ട് ഞാൻ തിരികെ വീട്ടിലേക്ക് കയറി.

അപ്പോഴും ഇവൾ, എന്റെ വൃദ്ധയായ ജോലിക്കാരി ഉറങ്ങാതെ എന്നെക്കാത്തുനിൽക്കുകയായിരുന്നു. ഇവളെ പിടിച്ചുതള്ളിയതും ഇവൾ ആലംബമില്ലാതെ എന്റെ മുന്നിൽ വീണുപോയതും ഊർന്നിറങ്ങിയ കട്ടിക്കണ്ണട പരതി ശരിക്കുവച്ചുകൊണ്ട് ഭാവമാറ്റമില്ലാതെ എന്നെ നോക്കിയതും എനിക്കോർമവന്നു. എന്നിട്ടുമിവൾ ക്ഷമയോടെ എന്നെയും ദാസിനെയും കാത്തുനിൽക്കുകയായിരുന്നു.

വല്ലാത്തൊരു ധൃതിയിൽ ഞാനിവളെ കെട്ടിപ്പിടിച്ച് അമർത്തി ക്കൊണ്ട് നിർത്താതെ കരഞ്ഞു. കരയുകമാത്രമല്ല, യാതൊരു ലജ്ജയു മില്ലാതെ ദാസിനെ ധാരാളം പഴി പറയുകയും ചെയ്തു. ആരെങ്കിലും ആണുങ്ങൾ വിളിച്ചാൽ എവിടേക്കെങ്കിലും ഞാനിറങ്ങിപ്പോകുമെന്നും കരച്ചിലിനിടയിൽ ശബ്ദം താഴ്ത്താതെ വിളിച്ചുകൂവി.

അതിൽപ്പിന്നെ ദാസിന്റെ അസാന്നിധ്യമുള്ള എല്ലാരാത്രികളിലും ഒഴിവുദിവസങ്ങളിലും ഇവളാണ് എനിക്കു കൂട്ട്.

പിന്നീട് പലപ്പോഴുമെനിക്ക് തോന്നിയിട്ടുണ്ട് എന്റെ ശരിക്കുമുള്ള സഖി ഇവളാണെന്ന്. കുട്ടികൾ വിളിക്കുന്നതു കേട്ടുകേട്ട് അറിയാതെ ഞാനും ചിലപ്പോഴൊക്കെ പൂച്ചി മാ എന്നു വിളിച്ചുപോകുമ്പോഴും പരി ഭവങ്ങളില്ലാതെ വിളി കേൾക്കുന്ന പാവം.

കഴിഞ്ഞ മാർച്ചിൽ സിംലയിൽ നടത്തിയ ട്രെയിനിങ് ക്യാമ്പിലേക്ക് എനിക്കും ഓഫീസിൽനിന്ന് പോകേണ്ടതുണ്ടായിരുന്നു. അതറിഞ്ഞ പ്പോൾ ഇത്രയും വർഷത്തിനിടയിൽ ആദ്യമായി ഇവളൊരു കാര്യത്തിന് തടസം പറഞ്ഞു. എന്നോടുമാത്രമായി പതിയെ ചെറിയ ശബ്ദത്തിൽ.

"ഈ അവസ്ഥയിൽ ദാസ് സാറിനെയും മക്കളെയും ഒരാഴ്ച തനിച്ച് നോക്കാൻ എനിക്കു പ്രയാസമുണ്ട്. ദയവായി മോളതു മനസില ക്കണം."

ഏറ്റവും ആഴത്തിൽ എനിക്കത് മനസിലായി. കാരണം ഇവൾ ധൈര്യപൂർവം തുറന്നുപറഞ്ഞത് ദാസിലുള്ള അവിശ്വാസവും ഇവളുടെ അനാരോഗ്യത്തിലുള്ള വിശ്വാസവുമായിരുന്നു.

എന്റെ കൺമുന്നിൽ ഇവൾക്ക് പ്രായമാവുകയയാണെന്നു ഞാനാദ്യ മായി തിരിച്ചറിഞ്ഞത് അന്നാണ്. അതോടൊപ്പം വൈകാതെതന്നെ എനിക്കും ജരാനരകൾ ബാധിക്കുമെന്ന കാര്യവും.

ഞങ്ങൾ രണ്ടുപേരും ഒരു വീടിന്റെ നാലുചുമരുകൾക്കുള്ളിൽ വർഷ ങ്ങളായി കാലത്തിന്റെ ആ മഹാരഥം കാത്തുനിൽക്കുകയായിരുന്നു. ഇപ്പോൾ കളിച്ചുചിരിച്ചു വളരുന്ന എന്റെ രണ്ടു പെൺമക്കളും കുറച്ചുക ഴിയുമ്പോൾ ഞങ്ങളെപ്പോലെയാകും. അവരെക്കാത്തും ഇപ്പോഴേതന്നെ ചുമരുകളും ചുമതലകളും എവിടെയോ കാത്തുനിൽക്കുന്നുണ്ട്.

എന്നോടുതന്നെ യാതൊരു സംശയവും ഉന്നയിക്കാതെ ഞാൻ ട്രെയിനിങ് പ്രോഗ്രാം ഒഴിവാക്കി. ഇവൾക്കത് വലിയ ആശ്വാസം തന്നെ യായിരുന്നു. അടുക്കളക്കുഴിയിൽനിന്ന് ഞാൻ ചില മൂളിപ്പാട്ടുകൾ കേട്ടി രുന്നു.

കഴിഞ്ഞദിവസം.

വ്യക്തമായയും ഞാനോർക്കുന്നു. ഇവൾ മക്കളെക്കാണാൻ സ്വദേശ ത്തേക്ക് പോകേണ്ട സമയം കഴിഞ്ഞിരുന്നു. അക്കാര്യം ഞാൻ ചോദിച്ച പ്പോൾ ഇവൾ പറഞ്ഞു:

"ഇത്തവണ ഞാൻ പോണില്ല."

"എന്തേ.. കാശു വല്ലതും കൂടുതൽവേണോ...?"

"അയ്യോ.. മഹാപാപം. അതൊന്നുമല്ല."

പിന്നെ..?"

"വയ്യാണ്ടായി എനിക്ക് യാത്ര ചെയ്യാൻ."

ഞാനിവളെ ഗൂഢമായ സന്തോഷത്തോടെ സൂക്ഷിച്ചുനോക്കി.

അങ്ങനെ പറയുമ്പോൾ ഇവളുടെ മുഖത്തും ഒരു മറച്ചുവച്ച ചിരി യുണ്ടായിരുന്നില്ലേ..?

ശരിക്കും വയ്യാണ്ടായിട്ടാണോ അതോ എന്നെ വിട്ട് പോകാൻ ഇവൾക്കുള്ള ഇപ്പോഴത്തെ മടി കൊണ്ടാണോ അത്?

ഇവൾക്കു മുഖം കൊടുക്കാതെ ഞാൻ സ്വയം പരിശോധിക്കാൻ തുടങ്ങി. ഒരു ഉത്തരമായിരുന്നില്ല എനിക്കാവശ്യം. എന്തായാലും ഒന്നു റപ്പാണ്, ഇപ്പോൾ ഞാനിവളെ ആശ്രയിക്കുന്നുണ്ട്.

അത് തന്റെ വിജയമായി ഇവൾ എടുത്തിട്ടില്ലെന്നും അതുവച്ച് എന്നെ ദ്രോഹിക്കാനൊരുമ്പെടുന്നില്ലെന്നും എനിക്കറിയാമായിരുന്നു. ഇപ്പോൾ ഞാനിവളെ വല്ലാതെ സ്നേഹിക്കുന്നുമുണ്ട്. അതുകൊണ്ട് ഞങ്ങൾക്ക് പരസ്പരം പിരിയാൻ വയ്യ.

അങ്ങനെയങ്ങനെ ഞങ്ങളുടെ ഈ കഥയിൽ ഇഴ പിരിക്കാനാകാത്ത ദൃഢത മാത്രമേയുള്ളൂ എന്നുവരികയാണ്.

ഇപ്പോഴും ഇവിടെ ദാസില്ല. എപ്പോഴാണ് വരികയെന്നുമറിയില്ല. വരുന്നുണ്ടെങ്കിൽത്തന്നെ അത് കുഴഞ്ഞ വാക്കുകളുമായിട്ടായിരിക്കും.

ഒരിക്കൽ പ്രണയിച്ചുപോയാൽ പിന്നീടൊരിക്കലും അതിൽനിന്ന് മോചനമില്ലെന്ന് അറിയാവുന്നതുകൊണ്ടുമാത്രം ദാസിനെ എനിക്കു

വെറുക്കാനും ആവുന്നുണ്ടായിരുന്നില്ല. വീണ നൃത്തപരിശീലനം കഴിഞ്ഞ്‌ വരാൻ വൈകും. രൂപയുടെ ട്യൂഷൻ ആററ വരെയാണ്‌. അതു വരെ ഇവളോടൊപ്പം ചെലവിടാൻ എനിക്കു സമയമുണ്ട്‌.

ഞാൻ ചായക്കപ്പ്‌ മേശമേൽവച്ചു. അന്നേരം പിന്നിൽ കാൽപ്പെരു മാററം കേട്ടു. ചില്ലുമേശമേൽ ശ്രദ്ധിച്ച്‌ കപ്പ്‌ വയ്ക്കുന്ന ചെറിയ ശബ്ദം കേട്ട്‌ അതെടുക്കാൻ വരികയാണ്‌ ഇവൾ.

ഞാൻ കഴുത്തുതിരിച്ചുനോക്കി.

സഹവാസത്തിലൂടെ ഒരു ബംഗാളിയുടെ ഛായയും നിറവും വന്നു തുടങ്ങിയിട്ടുണ്ടോ ഇവൾക്ക്‌?

വാസ്തവത്തിൽ ഇക്കാലമത്രയും ഇവളും കാഴ്ചയ്ക്ക്‌ മോശമ ല്ലാത്ത ഒരു സ്ത്രീയായിരുന്നില്ലേ..?

ഓർത്തപ്പോളെനിക്ക്‌ ചിരി വന്നു.

"മാ.."

ഞാൻ വിളിച്ചു.

"ഈ കണ്ണടയുടെ വൃത്തികെട്ട ഫ്രേം മാററണം നമുക്ക്‌."

"ങേ.. എന്തിന്‌..? ഇതൊക്കെ മതി. ഇതിന്‌ കുഴപ്പമൊന്നുമില്ലല്ലോ.?"

"അതുകൊണ്ടല്ല."

"പിന്നെ..?"

പരമ്പരാഗതരീതിയിലുള്ള കറുത്തുതടിച്ച ഫ്രെയിമാണ്‌ ഇവളുടെ കണ്ണടയ്ക്കുള്ളത്‌. ഇവളുടെ മുഖത്തിനത്‌ തീരെ ചേരുന്നില്ലെന്ന്‌ എനിക്കു തോന്നിയിരുന്നു. ഞാൻ മയത്തിൽ പറഞ്ഞു.

"പഴേ ഫാഷനല്ലേ, ഇനിയിത്‌ മാററാം."

അപ്പോൾ ഇവൾ ധൃതിയിൽ തടുത്തു.

"ഓ..അതൊന്നും വേണ്ട കുഞ്ഞേ.."

പെട്ടെന്നെനിക്ക്‌ കലശലായ ദേഷ്യം വന്നു. എന്തിനോ വല്ലാത്ത സങ്കടവും. ശകാരസ്വരത്തിൽ ഉച്ചത്തിൽ ഞാൻ പറഞ്ഞു:

"അതിരിക്കുമ്പോൾ മരിക്കാറായ കെഴവിമാരെപ്പോലെ തോന്നും! അങ്ങനെയെനിക്ക്‌ നിങ്ങളെ കാണണ്ട..നിങ്ങളങ്ങനെ ചാകാറായിട്ടില്ല."

പിന്നീട്‌ ഞങ്ങളൊന്നിച്ചാണ്‌ അടുക്കളക്കുഴിയിലേക്ക്‌ നടന്നത്‌.

ദാരുണം

ശബ്ദങ്ങൾ. ഭയങ്കരമായ ശബ്ദങ്ങൾ.. അതാണ് ആദ്യം ഉണ്ടാ
യത്. കുറുക്കിയൊഴിച്ചതുപോലെയായിരുന്നു ഇരുട്ട്. അതും കഴിഞ്ഞ്
അവ്യക്തമായി ചില ചിത്രങ്ങൾ തെളിഞ്ഞു. പിന്നെ ഓരോന്നും തെളി
ഞ്ഞുവരാൻ തുടങ്ങി.

മലയിറങ്ങി വരികയാണ് കുറേ കുട്ടികൾ. വേട്ടയ്ക്കുപോകുന്ന മനു
ഷ്യരുണ്ടാക്കുന്നപോലെ പല ശബ്ദങ്ങളും അവരുണ്ടാക്കുന്നുണ്ട്. അവ
രുടെ വേഷം ചന്തികീറിയ നിക്കറുകളും കുടുക്കുപൊട്ടിയ ഉടുപ്പുകളു
മാണ്. ചിലർ ഒറ്റത്തോർത്ത് ഉടുത്തിരിക്കുന്നു. തോട്ടിലൂടെയാണ് അവർ
വരുന്നത്. ചിങ്ങവെയിലിന്റെ ഒരു പുതപ്പ് അവിടെയെല്ലാം വീണുകിട
പ്പുണ്ട്.

കുറച്ചുമാറി തന്റെ ജ്യേഷ്ഠൻ മാധവനെ കാണാം. എട്ടാം ക്ലാസിലെ
സ്കൂൾ ഫോട്ടോയിലുള്ളതുപോലെയാണ് ജ്യേഷ്ഠനപ്പോൾ. ജ്യേഷ്ഠൻ
വിളിച്ചുപറയുന്നു:

"ആ കെട്ട് നീയെടുത്തോ. അത് കുറച്ചേയുള്ളൂ."

അതോടെ ജ്യേഷ്ഠൻ നിന്ന വയൽച്ചെരുവിലേക്കു താൻ നോക്കു
ന്നുണ്ട്. തോട്ടിറമ്പിലായി ഒരുകെട്ട് വിറക് തന്നെ കാത്തുകിടക്കുന്നത്
താൻ കാണുന്നു. അവ ചേറിലും വെള്ളത്തിലും പുതഞ്ഞ് പുറന്തൊലിയി
ളകി കരിപോലെ നിറം മാറിയിട്ടുണ്ട്. വെള്ളം കുടിച്ചുകിടക്കുന്ന വിറകാ
യതിനാൽ അതിനു നല്ല കനമുണ്ടായിരിക്കും. ജ്യേഷ്ഠൻ സ്വന്തമായെടു
ക്കേണ്ട വലിയ മരക്കഷണങ്ങൾ മറ്റൊരിടത്ത് അടുക്കിക്കെട്ടുകയാണ്.

അതിനിടയിലും അപ്പോൾ പ്രത്യക്ഷപ്പെട്ട ഈ കുട്ടികളെ അവൻ
കണ്ടുകാണുകയില്ലേ എന്നു താൻ ഓർത്തുപോകുന്നുണ്ട്. വീട്ടിൽനിന്ന്
തോട്ടിറമ്പിലേക്കും അപ്പുറത്തുള്ള വനത്തിലേക്കും വിറകെടുക്കാൻ ഇറ
ങ്ങുമ്പോൾ പരിസരത്തെങ്ങും മറ്റാരുമുണ്ടായിരുന്നില്ല. വനത്തിലെ

വൈകുന്നേരവെയിൽ ചവിട്ടിയാണ് ആ കുട്ടികൾ ഇറങ്ങിവന്നിരിക്കുന്നത്. അവർ എവിടെയുള്ളവരായിരിക്കാം?

ഉടനെ ജ്യേഷ്ഠൻ തിരക്കുകൂട്ടുകയാണ്,

"കൃഷ്ണൻകുട്ടീ, നീ എവിടെയാ നോക്കിനിൽക്കുന്നേ. വേം.. അമ്മ വരാറായി."

പോക്കുവെയിൽ വീണാൽ അമ്മ വരാൻ നേരമായെന്നാണ് അർഥം. അന്നേരം എല്ലായിടത്തും നാലുമണിപ്പൂക്കൾ വിരിഞ്ഞിട്ടുണ്ടാവും. അ തിന്റെ കറുകറുത്ത കായകളിലും നീണ്ട മൊട്ടുകളിലും വെയിൽത്തുടി പ്പുകൾ പറ്റിപ്പിടിച്ചിട്ടുണ്ടാവും.

ആ പ്രദേശത്ത് അണ്ണാറക്കണ്ണൻമാരും വെള്ളിവരയൻ പാമ്പുകളും നീർക്കോലികളും പച്ചത്തവളകളും വിട്ടിലുകളും ധാരാളം ഉണ്ടായിരുന്നു. തലയ്ക്കുമീതെ അജ്ഞാതദിക്കുകളിലിരുന്ന് അദൃശ്യരായ പക്ഷികൾ ചിലയ്ക്കുന്നുമുണ്ട്. കാട്ടുകമ്പുകൾ പെറുക്കിക്കൂട്ടി ജ്യേഷ്ഠൻ രണ്ടു വിറകുകെട്ടുകളുണ്ടാക്കുന്നത് അതിനിടയിൽ വച്ചാണ്. ആ നനഞ്ഞ വിറ കുകൾ കത്തിച്ചാണ് രാത്രിയിൽ അമ്മ ചോറുണ്ടാക്കാൻ പോകുന്നത്. അന്നേരം വീട് മുഴുവൻ പുകയാൻ തുടങ്ങും. ചുമരിലെ പാറ്റകളും പല്ലി കളും പാളപ്പാത്രങ്ങൾക്കിടയിലൂടെ ഓട്ടമാരംഭിക്കും.

ജ്യേഷ്ഠനെ വിട്ട് താൻ തോട്ടിലേക്ക് ഇറങ്ങുന്നു. പൊടുന്നനെ കുട്ടി കളുടെ സംഘം മുന്നിലെത്തുന്നു. രൂക്ഷമായ നോട്ടമാണ് സംഘത്തല വന്റേത്.

"വെള്ളം കലക്കരുത്. ഞങ്ങക്കു മീമ്പിടിക്കാനുള്ളതാ..."

അവരുടെ ആക്രോശം കേട്ട് താൻ പകച്ചുനോക്കുന്നു. അവർ അഞ്ചു പേരുണ്ട്. അതിൽ രണ്ടുപേർ പെൺകുട്ടികളാണ്. അവരുടെ കറുത്തു മെലിഞ്ഞ നായകനാണ് അങ്ങനെ പറഞ്ഞത്. ആരുടെയും മുഖം മന സിലാവുന്നില്ല. അപ്പോൾ തനിക്കു ദേഷ്യം വരുന്നുണ്ട്. കാരണം, ജ്യേ ഷ്ഠനടുത്തുപോയി തനിക്കു വിറകെടുക്കണമെങ്കിൽ തോടുമുറിച്ചു കടന്നേ പറ്റൂ. ചിലപ്പോൾ വെള്ളം കലങ്ങിയെന്നുവരും.

"മാറെടാ... എവിടുന്നാ നീ വരുന്നത്?"

ആക്രോശിച്ചുകൊണ്ട് താൻ അവർക്കടുത്തേക്ക് ചെല്ലുകയാണ്. തന്നിൽനിന്നും അത്തരമൊരു പ്രത്യാക്രമണം അവരാരും പ്രതീക്ഷിച്ചി രുന്നില്ലെന്ന് തോന്നി. തൽക്ഷണം എളിയിൽനിന്ന് പിടിപോയ ഒരു വെട്ടി രുമ്പുകഷണം അവൻ പുറത്തേക്കെടുക്കുന്നു. പണ്ടെപ്പോഴോ മൂർച്ചയു ണ്ടായിരുന്നതും ഒരു മൃഗത്തെയെങ്കിലും വകവരുത്തിയിട്ടുള്ളതുമായ ആയുധമായിരിക്കുമതെന്ന് തനിക്ക് ഉറപ്പു തോന്നുന്നു. 'മാറെടാ' എന്നു പറഞ്ഞ് അവൻ തന്നെ തള്ളിവീഴ്ത്തുന്നു. കാട്ടുചെമ്പുകൾക്കരികിലേക്ക് താൻ മലർന്നടിച്ചുവീഴുന്നു. ഒരു കാട്ടുകോഴിയും നീലക്കാക്കയും വായു മുറിയുന്ന ചൂളം കേൾപ്പിച്ചുകൊണ്ട് പറന്നകലുന്നു. ആരവങ്ങളോടെ കുട്ടി കൾ തന്നെ കടന്നുപോകുന്നു. ഇപ്പോൾ അവരുടെ കൈയിൽ നിറയെ പട്ടങ്ങളുണ്ട്. കാറ്റിൽ ഉയർന്നുപറക്കുന്ന അതിന്റെ വാലുകൾ വായുവിൽ

തിരശ്ചീനനില പാലിക്കുന്നു. പിന്നെ താൻ ചുറ്റും നോക്കുകയാണ്. തന്റെ ജ്യേഷ്ഠൻ ഇതൊന്നും കാണുന്നില്ലേ?

"മാധവേട്ടാ........."

അന്നേരം ഒരു മൺതിട്ടയിലേക്കു ജ്യേഷ്ഠൻ ഓടിക്കയറുന്നതാണ് താൻ കാണുന്നത്. ജ്യേഷ്ഠനു പിന്നാലെ ഒരു പാമ്പ്!

തോട്ടിൽനിന്ന് താൻ ഒറ്റക്കുതിപ്പിന് കരയ്ക്കു കയറുന്നു. പിന്നെ വരമ്പിലൂടെ കുതിക്കുകയാണ്. അങ്ങനെ കുതിക്കുമ്പോൾ വരമ്പിൽ നിന്ന് കണ്ടത്തിലേക്ക് പുൽച്ചാടികളും തവളകളും എടുത്തുചാടുന്നുണ്ട്. തവ ളകൾ നീളത്തിൽ ചാടുമ്പോൾ പുൽച്ചാടികൾ ഉയർന്നുചാടുന്നു.

മൺതിട്ടയ്ക്കുമേൽ കയറിപ്പറ്റിയ ജ്യേഷ്ഠൻ അവിടെ നിന്നൊരു കാപ്പിമരത്തിന്റെ ശിഖരമൊടിച്ച് പാമ്പിനോട് എതിരിടാൻ തയാറായി വീണ്ടും താഴേക്കു ചാടുകയാണ്.

അടുത്തത് താൻ തിരിഞ്ഞുനോക്കുകയാണ്. എന്നിട്ട് ദൂരെയായി തോട്ടിൽ മീൻ പിടിക്കുന്ന കുട്ടിസംഘത്തെ ഉദ്ദേശിച്ച് വിളിച്ചുകൂവുന്നു:

"ഓടിവാടാ........ഇവിടെയൊരു പാമ്പ്........."

അതൊരു മൂർഖനല്ലാതെ മറ്റൊന്നുമായിരിക്കില്ലെന്നും സ്പർധ മറന്ന് കുട്ടിസംഘം പാമ്പിനെ തുരത്തുമെന്നും താനന്നേരം വിചാരിക്കുകയാണ്. എന്നാൽ ചേമ്പിലകൾക്കിടയിൽ തോർത്തുവിരിച്ച് മീൻ പിടിക്കുകയാ യിരുന്ന കുട്ടിക്കൂട്ടം അതുകേട്ടപാടെ പേരമരത്തിനു ചുവട്ടിലൂടെ ദൂരേയ്ക്ക് ഓടിപ്പോകുകയാണ് ചെയ്യുന്നത്. ആകാശമപ്പോൾ വല്ലാതെ ചുവന്നുകി ടക്കുന്നു. ജ്യേഷ്ഠൻ കമ്പുകൊണ്ട് ആക്രോശത്തോടെ പൊന്തക്കാടുമു ഴുവൻ അടിച്ചൊതുക്കുകയാണ്. അതിനിടയിൽ പാമ്പിനെ ഉദ്ദേശിച്ച് വിളി ച്ചുകൂവുന്നുമുണ്ട്:

"എറങ്ങിവാടാ മൂർക്കാ.... നിന്നെ ഞാൻ കൊല്ലുമെടാ.."

ഒരുനിമിഷം നോക്കിനിന്നിട്ട് താൻ വിളിച്ചുപറയുന്നു.

"മതി മാധവേട്ടാ. പാമ്പൊക്കെ അതിന്റെ പാട്ടിനുപോയിക്കാണും. വാ, ഞാൻ വെറകുപിടിച്ചുതരാം."

പാമ്പിനെ കണ്ടില്ലെങ്കിലും ജയിച്ച യോദ്ധാവിനെപ്പോലെ ജ്യേഷ്ഠൻ വിറകുകെട്ടിനടുത്തേക്കു വരുന്നു. അപ്പോഴേക്കും അവിടം മുഴുവൻ ചളി യായിക്കഴിഞ്ഞിട്ടുണ്ട്. ചവിട്ടേറ്റ പുല്ലുകൾ ചളിയിലേക്കു പുതഞ്ഞിട്ടുണ്ട്. അടയ്ക്കാമരങ്ങളും പ്ലാവുകളും ഒന്നുരണ്ടു ചോലമരങ്ങളും കൂടിനിന്നിരു ന്നതിനാൽ നിഗൂഢമായ തണുപ്പിലമർന്നു കിടക്കുകയാണ് അവിടം. മല യിറങ്ങിവന്ന ആ അപരിചിത കുട്ടിസംഘത്തെപ്പറ്റി ജ്യേഷ്ഠനോടു പറ യണോ എന്നുതാൻ ആലോചിക്കുകയാണ്. മുണ്ടുമടക്കിക്കുത്തി ജ്യേഷ്ഠൻ വിറകെടുക്കാൻ തയാറെടുപ്പുകൾ നടത്തുന്നു. വിറകുകെട്ട് തലയിലേക്ക് എടുത്തുവയ്ക്കാൻ താൻ സഹായിക്കുന്നു. രണ്ടുകൈ കൊണ്ടും വിറകുകെട്ടു താങ്ങി ജ്യേഷ്ഠൻ വീട്ടിലേക്ക് നടന്നുപോകുന്നു. താൻ കുറേ നേരം ആരെയോ പ്രതീക്ഷിച്ചെന്നപോലെ അവിടെത്തന്നെ നിൽക്കുന്നു.

കുറച്ചുമാറി തനിക്കുള്ള വിറകുകെട്ടിരിക്കുന്നതു കാണാം.

പെട്ടെന്ന് ഇരുണ്ടു പച്ചച്ച ആ പ്രദേശത്തെവിടെയോനിന്ന് ഒരു സീൽക്കാരം കേട്ടു. കാണാതെ പോയ പാമ്പിന്റെ ഓർമയാണ് ആദ്യമുണ്ടായത്. നനവൂറിയ പച്ചയുടെ ശീതളിമയിൽ ആ സീൽക്കാരത്തിന്റെ ഉറവിടമന്വേഷിക്കുമ്പോൾ സുഭഗയായി ലളിത നിൽക്കുന്നതു കാണുന്നു.

ലളിത. ദൂരെ മഹാനഗരത്തിലുള്ള തന്റെ അച്ഛൻപെങ്ങളുടെ മകൾ. ശരിക്കും ലളിതയിപ്പോൾ യുവതിയാണ്. പക്ഷേ അവൾക്ക് ആറോ ഏഴോ വയസുമാത്രം.

ഈ കാഴ്ചയെ സംബന്ധിച്ച് താൻ അത്ഭുതപ്പെട്ടു പോകുന്നു.

"ലളിതേ, നീ ഈടെ?"

"എന്താ, എനക്ക് വരാമ്പാടില്ലേ?"

"വരാമ്പാടില്ലാന്നല്ല. എന്നാലും വിചാരിച്ചില്ല. നീ.... ആട്ന്ന്...."

"ഉം?"

"നീ ഞാളെയൊക്കെ കാണാൻ വരുമെന്ന്.."

"കുട്ട്യേട്ടന്റെ ഒരു സംശയം. വയസു പത്തുമുപ്പതു കഴിഞ്ഞിട്ടും പറ യുന്ന കേട്ടില്ലേ?"

ഒന്നുനിർത്തി അവൾ ചോദിക്കുന്നു.

"ഇന്റെ മോനെ കാണാൻ ഞാനല്ലാണ്ടാരാ വെരേണ്ടത്?"

അതുകേട്ട് ആകെ ഞെട്ടിപ്പോകുന്ന താൻ ലളിതയെ നോക്കുമ്പോൾ അവൾ മുതിർന്ന യുവതിയാണ്. ബോധത്തിൽ ഒരു മങ്ങൽ വീഴുന്നതായി മനസിലാകുന്നു.

പമ്പരം പോലെ ചുറ്റുന്ന ഓർമ.

വളരെ ചെറുപ്പത്തിൽ അച്ഛന്റെയൊപ്പം ലളിത താമസിക്കുന്ന മഹാ നഗരത്തിൽ ചെന്നിട്ടുണ്ട്. ലളിതയുടെ അച്ഛനും അമ്മയും നാവികസേന യിലെ ഉദ്യോഗസ്ഥരായിരുന്നു. കടലിനോടു ചേർന്നുള്ള ബഹുനിലക്കെ ട്ടിടത്തിലെ പതിനൊന്നാം നിലയിലായിരുന്നു അവരുടെ പാർപ്പിടം.കത കിനു മുന്നിൽ മറ്റൊരു ഇരുമ്പിന്റെ വാതിൽ. അകത്തെ കതകിനു വേറൊരു ചങ്ങലകൂടിയുണ്ട്. പുറത്തേക്ക് നോക്കാൻ കതകിനൊരു സുഷിരം. ഗേറ്റിനരികിൽ തോക്കേന്തിയ കാവൽക്കാർ.

ആദ്യമായി കാണുമ്പോൾ ലളിതയ്ക്ക് ആറോ ഏഴോ വയസ്സ് പ്രായം. വെളുത്ത സോക്സ് കാൽമുട്ടുവരെ വലിച്ചിട്ടിരിക്കുന്നു. താഴെ വെളുത്ത കാൻവാസ്ഷൂസ്. മുട്ടുവരെയെത്തുന്ന ചുരുക്കുകളുള്ള കൊച്ചുനീലപ്പാ വാട. കെട്ടിയുള്ള അരപ്പട്ട. തേച്ചുനിവർത്തിയ ബ്ലൗസ്. പിന്നിയിട്ട മുടി. ക ഴുത്തിൽ നീല മുത്തുമാല. ഒരു കൊച്ചുബാറ്റുമായ് ടെന്നീസ്കളിക്കാൻ പോവുകയായിരുന്നു അവൾ. അതിഥികളെ കണ്ട് കളി ഒഴിവാക്കിക്കൊണ്ട് അവളവിടെ ചുറ്റിപ്പറ്റിനിന്നു.

ലളിതയെ പ്രസവിച്ചുകിടക്കുമ്പോളാണ് അച്ഛൻ ഒടുവിലായി പെങ്ങളെ കണ്ടുവന്നത്. അച്ഛനങ്ങനെയായിരുന്നു. ബന്ധുക്കളെയൊക്കെ ഒരകലത്തിൽ നിർത്തും. അതുകൊണ്ടുതന്നെ അച്ഛന്റെ മുന്നിൽ അപരി

ചിതത്വം തിങ്ങിയ അത്ഭുതമായി ആദ്യമൊക്കെ ലളിത നിന്നു. അച്ഛന്റെ നേരെ കുട്ടി നോക്കിയതേയില്ല. തന്നെ ഇടയ്ക്കിടെ അവൾ നോക്കുന്നു ണ്ടായിരുന്നു. തനിക്കായിരുന്നു ഏറെ പരിഭ്രമം. കണ്ണുകളിടഞ്ഞപ്പോ ഴൊക്കെ രണ്ടാളും മുഖം താഴ്ത്തി.

ചോദ്യം, അച്ഛന്റെ പെങ്ങൾ: "ആങ്കുട്ട്യായിട്ടും എന്താ അനക്കിത്ര നാണം?"

മറുപടി, തന്നെയും പെങ്ങളെയും മാറിമാറി നോക്കി അച്ഛൻ: "ഓൻ ആട്ന്ന് എങ്ങോട്ടും പോയിട്ടില്ലെന്നേ."

നിസ്സംഗത, അച്ഛന്റെ പെങ്ങൾ:"ഏട്ടൻ ങ്ങോട്ടും പോവൂല്ല, മക്കളേം കൊണ്ടുപോവൂല്ല. പിന്നെങ്ങനാ....."

ലളിതയ്ക്കു മുന്നിൽ അന്ന് എന്തുകൊണ്ടോ ചുള്ളിപ്പിടിച്ചു നിന്നു. ബാറ്റുമായി വാതിൽക്കലെത്തിയ ഏതോ ചുവന്ന പെൺകുട്ടിയോട് ലളിത സ്വരം താഴ്ത്തി ഇംഗ്ലീഷിലെന്തോ പറഞ്ഞു.

ഇളയമ്മയുടെയും ഇളയച്ഛന്റെയും മകളാണ് ലളിത എന്നു വിശ്വ സിക്കുവാൻ പ്രയാസം തോന്നി.

ലളിത-അവരുടെ ഒറ്റമകൾ.

തനിക്ക് അനുജത്തി.

പെങ്ങൾക്കുവേണ്ടി ഒരു ചാക്കുനിറയെ ചേനയും കുമ്പളങ്ങയും വെള്ളരിയും നേന്ത്രക്കായും പച്ചപ്പയറും അച്ഛൻ കൊണ്ടുവന്നിട്ടുണ്ടായി രുന്നു. ഇളയമ്മ ചാക്കുകെട്ടുകൾ എടുത്ത് അടുക്കളയിൽ കൊണ്ടുപോ യിവച്ചു. ലളിത അത്ഭുതവും കൗതുകവും വിടാതെ അതെല്ലാം നോക്കി നിന്നു.

പിന്നീട് എല്ലാ വേനലവധിക്കും ആ നഗരത്തിൽ ഒന്നുകൂടി പോകാൻ താൻ മോഹിച്ചിട്ടുണ്ട്. അതൊരിക്കലും സാധിക്കുകയുണ്ടായില്ല. അന്നു തന്ന വാക്കു പാലിച്ചുകൊണ്ട് ലളിത ഒരിക്കൽപ്പോലും തങ്ങളുടെ കുടി യേറ്റഗ്രാമത്തിലേക്കു വന്നതുമില്ല. ഒരിക്കൽ അവൾ നഗരത്തിൽ വാങ്ങാൻ കിട്ടുന്ന ഒരു ചിത്രം തനിക്കയച്ചുതന്നിരുന്നു. തുറക്കുമ്പോൾ അതിൽ നിന്നു പിയാനോ സംഗീതം പൊഴിയുമായിരുന്നു. അടുത്ത വർഷത്തെ വരവേൽക്കാനുള്ള ആശംസാകാർഡാണ് അതെന്ന് അച്ഛൻ പറഞ്ഞു തന്നു. പക്ഷേ, അത്തരമൊന്നു വാങ്ങിയയക്കാൻ തനിക്കായില്ല.

ഇപ്പോൾ എന്തിനാണ് ലളിത വന്നിരിക്കുന്നത്?

"ഊം? എന്താ ഒരാലോചന?"

എല്ലാ വിചാരങ്ങളെയും കീഴ്മേൽ മറിച്ചുകൊണ്ട് മുന്നിൽനിന്ന് ലളിത ചോദിക്കുന്നു. ഇത് ഏതു കാലം ഏതു സമയം എന്ന് തനിക്കു മനസിലായില്ല. തന്നേക്കാൾ അഞ്ചുവയസിനിളയതാണ് ലളിത. ഇപ്പോൾ മുതിർന്ന പെണ്ണാകാനുള്ള പ്രായത്തിൽ വിറകുകെട്ടിനരികിൽ അവൾ... അവൾക്കു കാലിൽ ചെരിപ്പില്ല. മാമ്പഴമഞ്ഞ നിറമുള്ള ഒറ്റയുടുപ്പാണ് വേഷം. താനൊരു പത്തുവയസുകാരൻ... അതേ ഗ്രാമീണൻ.

"ലളിതേ.."

"മനസിലായി. ഏടെ നിന്നാ ഇന്റെ വരവ് എന്നല്ലേ?"

"അതേ."

"ഞാൻ പറയൂല്ല. അനക്ക് മനസിലാക്കാൻ പറ്റോന്ന് നോക്കട്ടെ."

"ഞാനെങ്ങനെ മനസിലാക്കാനാ."

"എന്നാ വേണ്ട. ആരിക്കാ നിർബന്ധം?"

താൻ ചളിയിൽനിന്ന് കാൽ വലിച്ചൂരിക്കുത്തി. ഒരു ശബ്ദമുണ്ടായി. പുൽച്ചാടികൾ പറന്നുമാറി. കാട്ടുപൊന്തയിൽ ഒരു പ്രത്യേകഭാഗത്തു മാത്രം കാറ്റടിച്ചു. ഒരു ഉപ്പനും ഇരട്ടവാലനും മുരിക്കിൻകമ്പിലിരിക്കുന്നു.

താൻ ജ്യേഷ്ഠനെപ്പറ്റി ആലോചിച്ചു. അമ്മയും അച്ഛനും പണിക്കു പോയ വീടേതാണെന്ന് ആലോചിച്ചു. ഒന്നും ഓർമയിൽ വരുന്നില്ല. അന്നേരം ലളിത വന്ന് തന്റെ കൈ പിടിച്ചു. എന്തൊരു മൃദുത്വമാണ് അവളുടെ കൈകൾക്ക്.

"ഒരുപാട് കാത്തിരുന്നിട്ടാ എനക്ക് വരാമ്പറ്റീത്. ഇനി ഞാനെങ്ങും പോകൂല്ല. ഇഷ്ടല്ലേ ഇന്നെ?"

വല്ലാത്തൊരു ഞെട്ടലോടെയാണ് താനത് കേട്ടത്. ഒരു രാഗിണിയാ യിരുന്നിട്ടില്ല ലളിത. അച്ഛൻപെങ്ങളുടെ മകളായിരുന്നു.

"എനക്ക് ഉപ്പനെ കാണിച്ചുതര്വോ?"

അവൾ തോട്ടിറമ്പിലൂടെ നടന്നു. വെള്ളത്തിൽ പെട്രോൾ പരന്ന് നിറം പിടിക്കുന്നതുപോലെ അന്തരീക്ഷത്തിൽ നിറങ്ങൾ യോജിപ്പിലെ ത്തുന്നുണ്ടായിരുന്നു. പിങ്ക്, വയലറ്റ്, മഞ്ഞ, ചുവപ്പ്...തോട്ടിൽ നിറഞ്ഞു കിടന്ന വെള്ളത്തിലൂടെ കുറച്ചുമുമ്പേ കടന്നുപോയ കുട്ടിപ്പട തിരികെവ ന്നത് അന്നേരമാണ്. അവരുടെ കൈയിലെ ചേമ്പിലക്കുമ്പിലുകളിൽ നിറയെ വെള്ളവും അതിൽ അനവധി മത്സ്യക്കുഞ്ഞുങ്ങളുമുണ്ടായിരുന്നു. അവരുടെയൊക്കെ കൈയിൽ മഞ്ഞപ്പൂവും ചേമ്പിൻപൂവും എവിടെയോ മറഞ്ഞുകിടന്നു പഴുത്ത വാഴപ്പഴവുമുണ്ടായിരുന്നു. ആ കുട്ടികളെല്ലാവരും സന്തുഷ്ടരായിരുന്നു.

"മീൻകുഞ്ഞുങ്ങളെ എനക്കും കാണിച്ചുതര്വോ.."

ലളിത അവരോട് ചോദിച്ചു. അവർ തിരിഞ്ഞുനിൽക്കുകയും ചേമ്പി ലക്കുമ്പിൾ നിവർത്തി നെറ്റിയിൽ പൊട്ടൻ മീനുകളെ കാണിച്ചുകൊടുക്കു കയും ചെയ്തു.

വലിയൊരു അതിശയമാണ് അവൾക്കാ കാഴ്ച. അവൾ പൊട്ടിപ്പൊട്ടി ച്ചിരിക്കുന്നു.

പെട്ടെന്ന് തിരിഞ്ഞ് ലളിത തന്റെ കൈയിൽ പിടിച്ചു. താൻ നാണി ച്ചുകൊണ്ട് അവളെ നോക്കി. അപ്പോൾ കുട്ടികളെല്ലാവരും തങ്ങളെ നോക്കി കൂവിക്കൊണ്ട് ഓടിപ്പോയി.

പിന്നെ താൻ നോക്കുമ്പോൾ ലളിത മുതിർന്നിരിക്കുന്നു. കാതിൽ വലിയ വളയങ്ങൾ. നടുവകഞ്ഞ് ചീകിയിരിക്കുന്ന എണ്ണമുടി. ചെറുതും വലുതുമായ നീലപ്പൊട്ടുകൾ നിറഞ്ഞ സാരി.

വയലുകൾക്കക്കരെയുള്ള കാവിലേക്ക് പോവുകയാണ് തങ്ങൾ. കുടുംബക്കാവാണ്. വനദുർഗയാണ് സങ്കൽപ്പം. മെത്ത വിരിച്ചതുപോലെ കശുമാവിന്റെ കരിയിലകൾ നിറഞ്ഞുകിടക്കുന്ന ഇടവഴിയുടെ വിജനത യിൽവച്ച് അവൾ ചോദിച്ചു:

"എന്നെ ഒന്നു തൊട്ടോ.."

താൻ അന്നേരം അവളെ നോക്കുന്നു. എത്ര അഗാധമായ സൗന്ദര്യ മാണ് അവൾക്ക് എന്നു മനസിലാവുന്നു. മുരിക്കുമരത്തെ മൂടി കായ്ച്ചു കിടക്കുന്ന കുരുമുളകുപടർപ്പുപോലെ. ഒരു പച്ച സാരിയാണ് അവൾക്ക്. മുടിയിൽ ഇലയോടുകൂടിയ കാട്ടുപൂക്കൾ. സാധാരണ കാണാറില്ലാത്ത തരം നിറമുള്ള പൂവാണത്.

പിന്നെ താൻ ലളിതയെ പിടിക്കാൻ ഓടുകയാണ്. ഉറക്കെ ചിരിച്ചു കൊണ്ട് അവളും ഓട്ടംതന്നെ. അതിനിടയിൽ, ലളിതയുടെ വിവാഹം കഴിഞ്ഞ കാര്യം താൻ ഓർക്കുന്നു. പക്ഷേ എന്നായിരുന്നു അതെന്ന് ഓർമവരുന്നില്ല. ഇപ്പോൾ ലളിത കുട്ടിയാണ്, താനും. മുരിങ്ങമരത്തിനു താഴെയുണ്ടായിരുന്ന കക്കൂസിലേക്കാണ് അവൾ ഓടുന്നത്. കക്കൂസിന ടുത്തെത്തി പെട്ടെന്നവൾ തിരിഞ്ഞുനിൽക്കുന്നു. അപ്പോൾ വഴി നിറയെ വെയിലാണ്. പ്രത്യേകതരം നിറമുള്ള വെയിൽ. തിളക്കമുണ്ട്, പക്ഷേ ഒട്ടും ചൂടില്ല. അപ്പോൾ എതിരെ തന്നെത്തിരഞ്ഞ് ജ്യേഷ്ഠൻ വരികയാണ്. ജ്യേഷ്ഠനെ കണ്ടയുടനെ തിരിഞ്ഞുനിന്ന് ലളിത തന്നോട് ചോദിച്ചു:

"എന്താ എന്നെ തൊടാത്തേ?"

അതുകേട്ട് താൻ വിസ്മയിച്ചുനോക്കുന്നു. പെട്ടെന്ന് ആരും പറ യാതെ തന്നെ, എന്തുകൊണ്ടാണ് താനിത്രനാളും അവളെ തിരഞ്ഞു പോകാതിരുന്നതെന്ന് ആലോചിക്കുന്നു. ആ ആലോചന വല്ലാത്തൊരു വേദന തന്നെ തനിക്കു സമ്മാനിക്കുന്നു. ആ നിമിഷം ലളിത ചേർന്നു നിന്ന് ഒന്നു തേങ്ങുന്നത് താനറിയുന്നു. താൻ അവളുടെ ചുമലിൽ പിടി ക്കുന്നു. അപ്പോൾ ഇരുവരും കുട്ടികളാണ്. എന്നാൽ മുഖമുയർത്തി നോക്കുന്നത് മുതിർന്ന ലളിതയും. ഒരു വധുവിന്റെ വേഷത്തിൽ. താൻ നടുങ്ങി ചുറ്റും നോക്കുന്നു. അപ്പോൾ വധുവായ ലളിത ലജ്ജയോടെ തന്റെ കൈ പിടിക്കുന്നു. അന്നേരം ചുറ്റിനും നിന്ന് വായ്ക്കുരവ മുഴ ങ്ങുന്നു.

അതിനിടയിൽ അതിശയം പോലെ ചിത്രശലഭങ്ങൾ. ഇത്രയും പട്ടാം പൂച്ചികൾ എവിടുന്നു വന്നു എന്നു താൻ അതിശയിക്കുന്നു. അപ്പോൾ അവൾ പറയുന്നു, അവയെ താൻ കൊണ്ടുവന്നതാണെന്ന്. ആ നിമിഷം ലളിതയെ താൻ ചുറ്റിവരിയുന്നു. അവൾ തന്നെയും.

ഒരു വല്ലാത്ത സ്വരത്തിൽ അവൾ പറയുന്നതു താൻ കേൾക്കുന്നു.

"എല്ലാരും വിട്ടുപോയി... ല്ലേ. തനിച്ചായി പോണോരൊക്കെ ഭ്രാന്ത ന്മാരാകും. ഞാനുണ്ട് കൂടെ.. ഞാനുണ്ട് കൂടെ..."

അവളുടെ നഗ്നമായ മുലകൾ താൻ ആദ്യമായി കാണുന്നു. അവ
ളുടെ നാഭിയും. ആ നിമിഷം തന്റെ അരക്കെട്ട് സമൃദ്ധമായി അവളി
ലേക്ക് ചുരത്തുന്നു.

അതറിഞ്ഞ് താൻ ഞെട്ടലോടെ തലയുയർത്തുന്നു. ലളിത തന്റെ
അനിയത്തിയാണല്ലോ എന്നോർക്കുന്നു. ആ ക്ഷണം, അമ്മയോ അച്ഛനോ
ജ്യേഷ്ഠനോ കണ്ടുവന്നാൽ അവർക്കു മുന്നിൽ താൻ എന്തൊരു നീച
നാകുമെന്ന് ഭയപ്പെടുന്നു. അതുകൊണ്ട് ആരെങ്കിലും കാണുന്നുണ്ടോ
എന്നറിയാനായി താൻ കണ്ണുകൾ വലിച്ചുതുറക്കാൻ ശ്രമിക്കുകയാണ്.

അയാൾ കണ്ണു തുറന്നു നോക്കി. ഒരു കിണറിനടിയിൽ നിന്നു
നോക്കിക്കാണുന്നതുപോലെ അയാൾക്ക് ലോകത്തെ അനുഭവപ്പെട്ടു.
കാഴ്ചവളയത്തിനു മേൽ കുറെ വെളുത്ത കിരീടമണിഞ്ഞ ശിരസ്സുകൾ.
അതിലൊന്ന് താഴ്ന്നുവരുന്നു. അയാൾക്ക് ഭാര്യയെ മനസിലായപ്പോൾ
സന്തോഷവും ലജ്ജയും കുറ്റബോധവും ഒന്നിച്ചുണ്ടായി. ആശുപത്രിമു
റിയുടെ മണം അന്തരീക്ഷത്തെ വ്യക്തമാക്കിത്തന്നു. സ്വപ്നം തീർന്നു
പോയതായി മനസിലാവുകയും ചെയ്തു. നേരം മാത്രം വ്യക്തമല്ല.
ക്രമേണ മങ്ങിക്കിടന്നതെല്ലാം തെളിഞ്ഞു. ജന്മനാട്ടിൽനിന്ന് ആയിരക്ക
ണക്കിനു കിലോമീറ്ററുകൾ അകലെയുള്ള ജോലിസ്ഥലത്തെ ആശുപ
ത്രിമുറിയാണിത്.

തുടയിടുക്കിൽ ഇപ്പോൾ സംഭവിച്ചിരിക്കുന്ന ബീജധന്യത താൻ
ജീവിച്ചിരിക്കുന്നു എന്ന ബോധ്യമുണ്ടാക്കുന്നതാണ്. ഒപ്പം കഴുത്തിനു
താഴേക്ക് അനക്കാനാവില്ലെന്നു വൈദ്യന്മാർ കരുതിയിരുന്ന ശരീരത്തിന്റെ
വിജയവും. പക്ഷേ സംഭവിച്ച ഉദ്ധാരണത്തെപ്പറ്റി ആർക്കുമറിയില്ല. വേണ
മെങ്കിൽ ഡോക്ടറോട് പറയാം. പറയാതിരിക്കാനാണ് തോന്നിയത്. കു
ട്ടിക്കാലത്ത് അനുഭവിച്ചപോലെ ഒരു ലജ്ജ. ഒളിപ്പിച്ചു പിടിക്കാൻ തോന്നി
പ്പിക്കുന്ന അനുഭൂതി.

അയാൾ കണ്ണു തുറന്നതറിഞ്ഞ് പുറത്തുനിന്നവർ അകത്തേക്ക്
ഇരച്ചുകയറിവന്നു. ജ്യേഷ്ഠനും കുടുംബവും, നഗരത്തിലെ സുഹൃത്തു
ക്കൾ, മാസങ്ങൾക്കുമുമ്പ് അപകടമുണ്ടായ സമയത്ത് അയാളുടെ വാഹ
നമോടിച്ചിരുന്ന ഡ്രൈവർ, മറ്റു ഡോക്ടർമാർ..

ഡോക്ടർമാർ അയാളുടെ കൈകാലുകൾ പരിശോധിച്ചു. അയാൾ
എല്ലാവരോടും പതിയെ സംസാരിച്ചു. അതിനിടയിലും അയാൾ അമ്മ
യെയും അച്ഛനെയും പരതുന്നുണ്ടായിരുന്നു. അയാൾ രാജിയോട്
ചോദിച്ചു:

"അമ്മയെവിടെ."

അവൾ മാധവേട്ടനെ നോക്കുന്നത് അയാൾ കണ്ടു. മാധവൻ
തിരിഞ്ഞ് ഡോക്ടറെ നോക്കുന്നു. ഡോക്ടർ നേർത്ത മന്ദഹാസത്തോടെ
ഒന്നു ചിരിച്ചു. മാധവേട്ടൻ അയാൾക്കരികിലേക്ക് മുഖം കുനിച്ചു.

"നീ വിഷമിക്കരുത്. ലളിതക്കുട്ടീം ഭാർഗവനും മക്കളും സഞ്ചരിച്ചി രുന്ന കാർ നാട്ടിൽവച്ച് ആക്സിഡന്റിൽപ്പെട്ടു. സ്പോട്ടിൽ തന്നെ അവ രൊക്കെ... അമ്മേം അച്ഛനും പോയിട്ടുണ്ട്."

രാജി അയാളുടെ നെറ്റിയിൽ തഴുകിക്കൊണ്ടിരുന്നു. അവളെ നോക്കാ തിരിക്കാൻ അയാൾ പണിപ്പെട്ടു. ഡോക്ടർ എല്ലാവരെയും മുറിക്കു പുറ ത്താക്കി. അയാൾ നടുക്കങ്ങൾ അവസാനിപ്പിച്ച് കണ്ണുകളടച്ചു. ഉള്ളിന്റെ യുള്ളിൽനിന്ന് ഉയരുന്ന നടുക്കം.

ലളിത.

തുടകൾക്കിടയിൽ ഉണങ്ങാൻ വിസമ്മതിക്കുന്ന നനവ്.

ശരീരത്തെ മറച്ച് കിടക്കുന്ന പച്ചപ്പുതപ്പ് ഒരാശ്വാസമായി അയാൾക്ക് അനുഭവപ്പെട്ടു.

സാമൂഹിക പ്രതിബദ്ധത

"**ദൈ**വത്തിനും പട്ടയപ്രശ്നം. കെട്ടകാലത്ത് ക്ഷേത്രത്തിനും ഊരുവിലക്ക്!" വഴിച്ചുമരിലൊട്ടിച്ചിരിക്കുന്ന അച്ചടിച്ച വിളംബരത്തിന്റെ പ്രധാന തലക്കെട്ടായിരുന്നു അത്. എം സി ജോസഫിന്റെയും ഇടമറുകി ന്റെയും സാമൂഹികകാലം തിരിച്ചുവരികയാണോ എന്ന് അയാൾ ഉൾപ്പു ളകത്തോടെ ആലോചിച്ചുപോയി. അതുകൊണ്ടുതന്നെ വേഗം അടു ത്തേക്കു ചെന്നു. ശ്രദ്ധയോടെ താഴത്തെ വരികളും വായിച്ചു.

"നാടിന്റെയും നാട്ടാരുടെയും വരദായകനും ഇഷ്ടമൂർത്തിയുമായ കാർത്തിക്കര മഹാദേവനെ ഒഴിപ്പിക്കാനുള്ള നീക്കം തടയുക."

അയാൾക്ക് കാര്യം വ്യക്തമായി. ദൈവത്തെ രക്ഷിക്കാനാണ് വിളം ബരം. യുക്തിവാദികളുടെയും മിശ്രവിവാഹിതരുടെയും എണ്ണം സമൂഹ ത്തിൽ കുറയുന്നതിൽ ഉത്കണ്ഠപ്പെടുന്ന 'മാനുഷ മിശ്രവിവാഹസംഘ' ത്തിലെ അംഗവും അടിയുറച്ച നിരീശ്വരവാദിയും സർക്കാർ ഉദ്യോഗസ്ഥ നുമായിരുന്നു അയാൾ.

"ഭക്തജനങ്ങളുടെ ശ്രദ്ധയ്ക്ക്. ഹിന്ദുത്വഭാരതത്തിന്റെ നാഡീഞര മ്പുകളായ ക്ഷേത്രങ്ങൾ രാഷ്ട്രീയ താൽപ്പര്യങ്ങൾക്ക് വിട്ടുകൊടുക്കു ന്നതിനെ തിരിച്ചറിയുക. പഞ്ചായത്തിനെ വിഭജിച്ച് മുനിസിപ്പാലിറ്റിയിൽ ചേർക്കാനുള്ള കുത്സിതനീക്കത്തെ ഹിന്ദുസമൂഹം അപലപിക്കുക. ഭാര തത്തിന്റെ ഹൈന്ദവ പാരമ്പര്യം ഹൃദയത്തിലും ശരീരത്തിലും സൂക്ഷി ക്കുക."

ദൈവത്തെ മറയാക്കിക്കൊണ്ട് ആരുടെയൊക്കെയോ സ്ഥാപിത താൽപ്പര്യങ്ങൾ സംരക്ഷിക്കപ്പെടാൻ വേണ്ടിയുള്ളവയാണ് ഈ പോസ്റ്റ റുകൾ എന്ന് പെട്ടെന്നുതന്നെ അയാൾക്ക് ഉറപ്പായി. ഇത്തരം പ്രതിഷേധ ക്കുറിപ്പുകളിൽ രോഷാകുലനായി എതിർ പ്രസ്താവനയിറക്കാനോ പത്ര സമ്മേളനം വിളിക്കാനോ പരമശിവനും കുടുംബത്തിനും കഴിയുകയി ല്ലല്ലോ.

കേരളത്തിലെ പരമോന്നത നഗരത്തിന്റെ പ്രധാന വരുമാന ശ്രോത സുകളിലൊന്നും കേരളത്തിലെ തന്നെ വലുപ്പംകൂടിയ പഞ്ചായത്തുക ളിലൊന്നുമായ കാർത്തിക്കര ഉൾപ്പെടുന്ന നാല് പഞ്ചായത്തുകളെ മുനി സിപ്പാലിറ്റിയാക്കി ഉയർത്തി നഗരത്തോടു ബന്ധിപ്പിക്കുന്നതായ പത്ര വാർത്ത അയാളും കണ്ടിരുന്നു.

കേരളം വളരുമ്പോൾ കോർപ്പറേഷനുകളുടെ എണ്ണം വർധിക്കു ന്നതും മുനിസിപ്പാലിറ്റികൾ പെരുകുന്നതും പഞ്ചായത്തുകൾ നാമമാ ത്രമാകുന്നതും ഒടുവിൽ വലിയൊരു ഒറ്റ കോർപ്പറേഷനായി കേരളം രൂപാന്തരപ്പെടുന്നതും ആയുസ്സൊടുങ്ങുന്നതിനു മുൻപുതന്നെ കാണാൻ കഴിയുന്ന കാര്യമാണെന്ന് ആർക്കാണറിയാത്തത്?

ആലോചിച്ചുകൊണ്ട് അയാൾ നടന്നു. അയാളുടെ വൈകുന്നേരന ടത്തം പഴയ സഹപ്രവർത്തകനും സുഹൃത്തും എഴുത്തുകാരനുമായ വർക്കിയെ കാണാനാണ്. ജോലിയിൽനിന്ന് രണ്ടുവർഷം മുൻപാണ് വർക്കി വിരമിച്ചത്. വിരമിച്ചപ്പോൾ പൂച്ചെണ്ടും നിലവിളക്കും കസവുമു ണ്ടും മുപ്പത്തിനാലു പ്രസംഗവെടികളും അദ്ദേഹത്തിനു കിട്ടിയിരുന്നു. രണ്ടുവർഷം കഴിയുമ്പോൾ അതേ സ്ഥാപനത്തിൽനിന്ന് അയാളും വിര മിക്കും. പക്ഷേ, അയാൾക്ക് മുപ്പത്തിനാലു പ്രസംഗവെടികൾ കിട്ടാനിട യില്ല. പൂരം കഴിഞ്ഞ് കുട്ടികൾ പറമ്പുപെറുക്കി കത്തിക്കുന്ന ഇത്തിരി പടക്കങ്ങൾപോലെ നാലഞ്ച് പ്രസംഗങ്ങൾ. അത്രയേ കാണൂ. കൃത്യ മായും അയാൾക്കറിയാം. അത്രയ്ക്ക് മോശമാണ് അയാളുടെ നാവ്.

അടുത്ത മതിലിലും മറ്റൊരു പോസ്റ്റർ പതിച്ചിട്ടുണ്ട്. അയാൾ വായിച്ചു.

"ദൈവത്തിന്റെ രക്തം, ഹിന്ദുവിന്റെ രക്തം."

അതോടെ അയാൾക്ക് വിറങ്ങുകയറി. മുണ്ടുമടക്കിയുടുത്തുകൊണ്ട് എളിക്ക് രണ്ടുകൈയും കൊടുത്ത് അയാൾ നിന്നു.

കാർത്തിക്കര പഞ്ചായത്തിലെ നാലാം വാർഡ് ഒരേക്കർ നാൽപ്പ ത്തിയഞ്ച് സെന്റ് ക്ഷേത്രത്തിൽ നൂറ്റാണ്ടുകളായി വസിക്കുന്ന അന്തേ വാസികൾക്ക് ഉഗ്രമായ ജീവിതപ്രശ്നങ്ങൾ ഉണ്ടാകാൻ പോവുകയാണ്.

താഴെ പറയുന്നവരാണ് അവിടുത്തെ അന്തേവാസികൾ:

1) പരമശിവൻ.

2) പാർവതി.

മക്കൾ:

1) ഗണപതി

2) സുബ്രഹ്മണ്യൻ

നടക്കുന്നതിനിടയിൽ അയാൾ അവരുടെ ദൈനംദിന ജീവിതത്തെ യുക്തിസഹമായി ഒന്നു വിഭാവനം ചെയ്തുനോക്കി.

'ശ്രീകോവിൽ' എന്നു പേരുള്ള വീട്ടിലാണ് കുടുംബനാഥനായ പര മശിവന്റെ കുടികിടപ്പ്. മനുഷ്യന്മാരുടെ അസൂയയും സ്വാർഥതയും (ഭണ്ഡാരം വെവ്വേറെ വെക്കേണ്ട ആവശ്യകത പ്രധാനമായും മുൻ നിർത്തി) അവരെ ഒന്നിച്ചുകഴിയാൻ അനുവദിക്കുന്നില്ലല്ലോ. അതനുസ

രിച്ച് പാർവതി ഓട്ട്ഹൗസിൽ. മക്കളും വെവ്വേറെ. രാത്രികാലങ്ങളിൽ ചുറ്റുപാടും നിന്ന് മനുഷ്യന്മാരൊഴിയുമ്പോൾ പരോൾ കിട്ടി എല്ലാവർക്കും പുറത്തുവരാം.

കാർത്തിക്കര പഞ്ചായത്തിലെ ജനസംഖ്യയുടെ മൂന്നിൽ രണ്ടുഭാഗം ജനങ്ങളും തുടർന്ന് അഭിമുഖീകരിക്കാൻ പോകുന്ന പൊല്ലാപ്പുകൾ: വീട്ടു കരം വർധിക്കും, വെള്ളക്കരം വർധിക്കും, വൈദ്യുതിക്കാശ് കുത്തനെ ഉയരും, ആഡംബര നികുതി ചുമത്തപ്പെടും, പൊതുവിതരണശാലക ളിൽ വരിനിൽക്കാനാവാത്ത സാമൂഹികസ്ഥിതി വരും, ഇരുചക്ര വാഹ നമെങ്കിലും സ്വന്തമാക്കേണ്ടതായ അയൽപക്ക ബഹുമാനം സംജാത മാകും, ഭൂമിക്കു വിലയും കയറും. ഫലത്തിൽ ദാരിദ്ര്യരേഖക്കു താഴെ എന്ന പ്രയോഗം അസ്ഥാനത്താകും, ക്രമേണ അസാധുവാകും.

അങ്ങനെയെങ്കിൽ പഞ്ചായത്തിൽ തന്നെപ്പോലെ കരമടയ്ക്കുന്ന സാദാ പൗരനാണ് പരമശിവനെങ്കിലോ, പരമകഷ്ടം തന്നെ കാര്യങ്ങൾ. നടക്കുന്നതിനിടെ അയാൾ അതും ആലോചിച്ചു.

കാർത്തിക്കര പഞ്ചായത്തിലെ അറിയപ്പെടുന്ന ഉടുക്കുവാദ്യക്കാര നായിരിക്കും പി ശിവൻ. ഭാര്യ പാർവതി, കുടുംബശ്രീ പ്രവർത്തകയും കുടുംബനാഥയും. മക്കൾ വിദ്യാഭ്യാസം ചെയ്തുകൊണ്ടിരിക്കുന്നവർ.

വെർചൽ റിയാലിറ്റിയുടെ കാലത്തെ ഉടുക്ക് വാദ്യക്കാരന്റെ ദൈന്യത മുഴുവൻ ആ കുടുംബത്തിലുണ്ടാവാതെ വയ്യല്ലോ.

രാവിലെ അലാറം കേട്ട് കുടുംബാംഗങ്ങൾ ഉണരുന്നു. കാലത്തു തന്നെ മുറ്റത്തുനിന്ന് കലാസമിതി ഏജന്റുമായി മൊബൈലിൽ സംസാ രിക്കുകയാവും പി ശിവൻ. സർക്കാരിന്റെ വിനോദസഞ്ചാരികൾക്കുള്ള വല്ല പരിപാടിയും കുമ്പളങ്ങിയിലോ ചെറായിയിലോ ഫോർട്ട് കൊച്ചി യിലോ നടക്കുന്നുണ്ടോ എന്നറിയാനാവും അത്. ഇടത്തെ കൈയിൽ ദന്തധാവനചൂർണം തേച്ച നാരുകോൽ. വലത്തെ കൈയിൽ കൈപ്പിടി യിലൊതുങ്ങുന്ന ടെലിഫോൺ എക്സ്ചേഞ്ച്. അകത്ത് കമ്പ്യൂട്ടറിനു മുന്നിൽ കുത്തിയിരുന്ന് ത്രിലോകം കാണുന്ന സുബ്രഹ്മണ്യൻ. സൈക്കി ളെടുത്ത് ക്രിക്കറ്റ് കളിക്കാൻ മൈതാനത്തു പോയിരിക്കുന്ന ഗണപതി. അതിനിടയിലേക്ക് പാർവതി കടന്നുവരും.

ഫോൺ ചെയ്യുന്ന പി ശിവനെ കാണുന്നതേ പാർവതിക്കു കലി യാണ്.

"ആ കുന്തമൊന്നു മാറ്റി പറയുന്നതു കേൾക്കുന്നുണ്ടോ?"

ഫോൺ 'കുന്തം'പോലെ തോന്നുന്ന അവസ്ഥയിലാണ് പാർവതി എന്നറിയുന്നതോടെ ശിവൻ അതുവേഗം തന്നെ മാറ്റിപ്പിടിക്കും. നാരു കോലെടുത്ത് വായിൽ തിരുകും. പിന്നെ പുരികം പൊക്കി ചോദ്യമയ യ്ക്കും.

"ങും.....?"

"ഗ്യാസ് തീർന്നു."

വിധികെട്ട പ്രതിയെപ്പോലെ ശിവൻ ഒന്നുഞെട്ടും.

"ഇത്ര പെട്ടെന്ന് രണ്ടും തീർന്നോ?"

ആ പുരുഷസ്വരത്തിലെ ദയനീയത കേട്ടാൽ മതി അടുക്കളയ്ക്ക കത്ത് ഇരിക്കുന്ന ഇരുമ്പ് കുറ്റിക്കുള്ളിൽ തനിയെ വാതകം നിറയാൻ!

"മറ്റേ കുറ്റി തീർന്ന കാര്യം ഒരു മാസമായില്ലേ പറയുന്നു. എവിടാ രുന്നു ചെവി? ഓ, ചെവീലെപ്പോഴും ആ സാധനമല്ലേ?"

കൈയിൽ അഞ്ഞൂറ് രൂപയില്ലാത്തവൻ ഗ്യാസ് വീട്ടിലെത്തിക്കാനായി നടത്തുന്ന നാടകീയ രംഗങ്ങളെ ഓരോന്നായി ശിവൻ ഓർത്തെടുക്കും. ഇന്ന് കുഴിവെട്ടി മൂടിയേ അടങ്ങൂ എന്ന മട്ടിലാവും പാർവതിയുടെ നിൽപ്പ്.

"കറന്റ് ബില്ല് അടയ്ക്കണം. ലാസ്റ്റ് ഡേറ്റാ. സുബ്രന് സ്വഭാവ സർട്ടി ഫിക്കറ്റ് വാങ്ങണം. അതിന് നികുതി കുടിശ്ശിക തീർത്ത കടലാസ് കാട്ട ണം. നിങ്ങളിങ്ങനെ നിന്നാ കാര്യങ്ങളൊന്നും നടക്കുകേല."

ഒറ്റത്തുനിന്ന് തുടങ്ങാം എന്ന മട്ടിൽ ശിവൻ പറയും.

"രാവിലെ ഓട്ടലീന്ന് അപ്പം മേടിക്കാം."

"നാളെത്തൊട്ട് കറന്റോ?"

ശിവൻ അതുകേട്ട് ഭാര്യയെ ഒന്നുനോക്കി.

"നിന്റെ കൈയിൽ എന്തുണ്ട്?"

"ഒണ്ട് കൊരേ. ഒരു നാനൂറ് രൂപ കാണും. കുടുംബശ്രീയിൽ അട യ്ക്കേണ്ട പൈസയാ."

"അതൊന്ന് മറിക്ക്. എന്നിട്ട് നീ പോയി കറന്റ് ബില്ലടയ്ക്."

"ആ ചോരകുടിയൻ ജോർജിന്റെ മുന്നീപ്പോയി നിൽക്കാൻ എന്നെ ക്കൊണ്ടു പറ്റില്ല. അതു ഞാൻ പറഞ്ഞിട്ടുള്ളതാ."

ഇലക്ട്രിസിറ്റി ഓഫീസിലെ താൽക്കാലിക നിയമനക്കാരനും അവി വാഹിതനുമായ കാർത്തികര കുന്നേൽ ജോർജിനെപ്പറ്റിയാണ് പാർവതി പറയുന്നത്.

കറന്റില്ലെങ്കിലും മുടങ്ങാതെ കറങ്ങുന്ന മീറ്റർ കാണിക്കുന്ന ബില്ല് അടച്ചില്ലെങ്കിൽ വൈദ്യുതി വിതരണം വിച്ഛേദിക്കപ്പെടും. നികുതികുടി ശ്ശിക അടച്ചതിന്റെ രസീതില്ലാതെ സ്വഭാവ സർട്ടിഫിക്കറ്റിനു ചെന്നാൽ വില്ലേജ് ഓഫീസറുടെ സ്വഭാവസാക്ഷ്യപത്രം നേർക്കുനേരെ കൈപ്പറ്റി യിട്ട് പോരാം. വീട്ടിൽ വരുമ്പോൾ മകന്റെ തനിസ്വഭാവം മകനും പുറ ത്തെടുക്കും. ഗ്യാസ് എടുത്തില്ലെങ്കിൽ ഉച്ചയ്ക്കുതന്നെ ഭാര്യ മണ്ണെണ്ണ സ്റ്റൗ എറിഞ്ഞുപൊട്ടിക്കും. അതുള്ളതുകൊണ്ടാണ് ഗ്യാസ് എടുക്കാൻ അമാന്തമെന്നു ന്യായീകരണവും പറയും. കരിഞ്ചന്തയിൽ മണ്ണെണ്ണ വാങ്ങി അടുപ്പു കത്തിക്കുന്നതിലും നന്ന് ഹോട്ടലിൽനിന്ന് പൊതിച്ചോറ് വാങ്ങുന്നതാണ്. എല്ലാത്തിനും വേണം പണം. ആകെ അറിയാവുന്നത് നാലാൾക്കു മുന്നിൽ ഉടുക്ക് കൊട്ടി നൃത്തം വെക്കാനാണ്. പിന്നെ ഇത്തിരി കൺകെട്ട് വിദ്യയും. ഭീകരവാദികൾ രാജ്യം മുഴുവൻ ബോംബ് പൊട്ടിക്കുന്നതിനാൽ സാധാരണ മായാജാലമൊന്നും ജനത്തിനു മുന്നിൽ ഏൽക്കില്ല. തീവ്രവാദം കാരണം കടൽകടന്ന് നാടുകാണാൻ വരാൻ വിദേ ശികൾക്കും മടി. അതിനാൽ സർക്കാരിന്റെ ടൂറിസം പരിപാടികളും കുറ വ്. പിന്നെ ചെയ്യാവുന്നത് ഒരേയൊരു പണിയാണ്. കൂലിവേല. പഞ്ചായ ത്തിലായാലും മുനിസിപ്പാലിറ്റിയിലായാലും ഇപ്പോൾ കൂലിവേലയെന്നാൽ,

ഒന്നുകിൽ കെട്ടിടം പണി അല്ലെങ്കിൽ മാലിന്യം കോരൽ. അതിനൊക്കെ തമിഴനും ബംഗാളിയും കൂടുംബശ്രീയും തയാർ.

പരമശിവനും പരമശിവനെ നമിക്കുന്ന ഇന്നാട്ടിലെ പരമദരിദ്രർക്കും ഇതാണ് ജീവിതം. ദൈവം മനുഷ്യനായാലും അവസ്ഥ ഇതുതന്നെ. എന്നിട്ടും ഇവിടത്തെ പോസ്റ്ററുകളിൽ കാണുന്നതെന്താണ്? ജനങ്ങളുടെ അമർഷം ഒരു ചുമരെഴുത്തിലുമില്ല. കാരണം വ്യക്തം. പഞ്ചായത്തിനെ മുനിസിപ്പാലിറ്റിയും മുനിസിപ്പാലിറ്റിയെ കോർപ്പറേഷനും കോർപ്പറേഷനെ സ്റ്റേറ്റുമാക്കുന്ന തന്ത്രം സാധാരണക്കാരന്റെ നിയന്ത്രണത്തിലുള്ളതല്ല. അത് ഭരണകൂടത്തിന്റെ, ഭരണകൂടം കയ്യാളുന്നവന്റെ അധികാരമാണ്.

പഞ്ചായത്തിനെ മുനിസിപ്പാലിറ്റിയാക്കുമ്പോൾ പ്രതിഷേധിക്കേണ്ടത് അവിടത്തെ സാധാരണക്കാരായ ജനങ്ങളാണ്. ജനങ്ങൾക്ക് അമ്പലമല്ല; അരിയാണ് പ്രധാന പ്രശ്നം. ഇവിടെ അമ്പലം മുന്തിയ പ്രശ്നമാക്കി മാറ്റി ദരിദ്രരുടെ ഇല്ലായ്മയെ മറച്ചുപിടിച്ച് പ്രതിഷേധത്തിനു കൊടിപിടി ക്കുന്നവർ തീർച്ചയായും വോട്ട് രാഷ്ട്രീയം മുതലാക്കുന്ന കക്ഷിരാഷ്ട്രീ യക്കാരാകണം. ഇതിനെ രാഷ്ട്രീയമായി സമീപിച്ചാൽ ഒറ്റപ്പെടുമെന്നും പരാജയപ്പെടുമെന്നുമുള്ളതുകൊണ്ടാവണം അമ്പലത്തിനകത്തെ ആ പാവം കുടുംബത്തെ കൂട്ടുപിടിച്ചത്. അതുകൊണ്ടാവണം ആഹ്വാനങ്ങ ളിൽ കൊടിയുടെ നിറം കലർത്താത്തതും.

ഇക്കാര്യത്തിൽ ഇനി എന്തെങ്കിലും ചെയ്യാൻ പറ്റുന്നത് വർക്കിക്കാണ്. വർഷങ്ങളായി 'ഉത്തമൻ' എന്ന തൂലികാനാമത്തിൽ പത്രത്തിൽ പ്രതി വാരപംക്തിയും സാഹിത്യവും ചമയ്ക്കുന്നവനാണ് വർക്കി. അക്കാദമി അവാർഡുകൾ, മറ്റ് സ്വാശ്രയ, സ്വകാര്യ, സർക്കാർ പുരസ്കാരങ്ങൾ എല്ലാം ഇതിനകം ലഭിച്ചിട്ടുള്ള സർവാദരണീയനായ എഴുത്തുകാരൻ. ഉദ്യോഗസ്ഥർ കരം പിരിക്കുന്നതിൽ വീഴ്ച കാട്ടുന്നു എന്ന് നിയമസഭാ സമ്മേളനം കഴിഞ്ഞ് പത്രസമ്മേളനത്തിൽ പറഞ്ഞ മുഖ്യമന്ത്രിയും പൊതുവിഷയങ്ങളിൽ മാധ്യമങ്ങൾ ജാഗ്രത കാട്ടുന്നു, ബുദ്ധിജീവികൾ മൗനംപാലിക്കുന്നു എന്നു നിരീക്ഷിച്ച ഹൈക്കോടതിയും ഉറ്റുനോക്കു ന്നത് വർക്കി അടങ്ങുന്ന സാംസ്കാരിക സമൂഹത്തെയാണ്.

ഈ വിഷയത്തിൽ തീർച്ചയായും വർക്കി ഇടപെടും. ഇന്നത്തെ സായാഹ്ന സവാരിക്ക് ഒരു വെടിവെട്ടത്തിനപ്പുറം അർഥമുണ്ടാകാൻ പോകുന്നു.

ഉൽസാഹത്തോടെ അയാൾ വർക്കിയുടെ വീടിനു മുന്നിലെത്തി. പക്ഷേ, വർക്കിയുടെ 'ഉത്തമം' എന്ന വീട് അടഞ്ഞു കിടക്കുകയായി രുന്നു. അടുത്ത വീട്ടിൽ അന്വേഷിക്കാനായി അയാൾ പിന്നിലേക്ക് നട ന്നു. അപ്പോൾ വർക്കിയുടെ വളപ്പിൽനിന്ന് തലയിൽ മുണ്ടിട്ട ഒരാൾ മതി ലിൽ പൊത്തിപ്പിടിച്ചു കയറുന്നത് അയാൾ കണ്ടു.

മധ്യവയസ്സ് കഴിഞ്ഞാൽ ഏതു സ്ത്രീക്കും പ്രണയവും കാമവും ഒന്നിച്ച് പൂക്കുമെന്ന് പറഞ്ഞുകേട്ടിട്ടുള്ളത് അന്നേരം അയാൾ ഓർത്തെ ടുത്തു.

കള്ളൻ?

ജാരൻ?

തീവ്രവാദി?

ഉത്തരത്തിനു നിൽക്കാതെ മുണ്ടും മടക്കിക്കുത്തി അയാൾ തിരി ഞ്ഞോടി. ആ സമയം ഒരു പിൻവിളി മുഴങ്ങി.

"നാരായണാ...."

അയാൾ ഒരു സംശയത്തോടെ തിരിഞ്ഞുനിന്നു. തലയിൽ മുണ്ടിട്ട് മതിൽ ചാടി നിൽക്കുന്നത് മറ്റാരുമല്ല. ഉത്തമനായ വർക്കി തന്നെ. അമ്പ രപ്പ് മറച്ചുവെക്കാനാവാതെ അടുത്തേക്ക് ചെന്നുകൊണ്ട് അയാൾ ചോദിച്ചു:

"വർക്കിച്ചാ, താനെന്താ തന്റെ ഭാര്യയ്ക്ക് സ്വന്തം നിലയിൽ ഒളി സേവ നടത്തുവാണോ? അതോ വീട്ടുകാരി അറിയാതെ വല്ലതും അടി ച്ചുമാറ്റുവാണോ?"

മതിൽ ചാടിയപ്പോൾ കോപിച്ച രക്തസമ്മർദത്തെയും സിരകളിലെ കൊഴുപ്പിനെയും അടക്കാൻ ശ്രമിച്ചുകൊണ്ട് വർക്കി പറഞ്ഞു:

"നാരായണാ, ഖമ്മറ്റിക്കാര്.... കമ്മറ്റിക്കാര് പിടിക്കും. ഞാൻ രക്ഷ പ്പെടുവാ. താനും രക്ഷപ്പെട്ടോ..."

ഏതു കമ്മറ്റിക്കാര് എന്ന് അയാൾ അത്ഭുതപ്പെട്ടു. എന്തായാലും വല്ല പുരസ്കാരവും കൊടുക്കാൻ തീരുമാനിച്ച കമ്മറ്റിക്കാരായിരിക്കില്ല.

"വർക്കിച്ചൻ കാര്യം പറ."

"കാർത്തിക്കര പഞ്ചായത്തിനെ മുറിച്ച് ഒരു ഭാഗം മുനിസിപ്പാലിറ്റി യിൽ ചേർക്കാനുള്ള തീരുമാനത്തെ എതിർക്കാൻ യോഗം വിളിച്ചിട്ടുണ്ട്. അതിന്റെ കമ്മറ്റിക്കാരെ പേടിച്ചിട്ടാ നാരായണാ ഈ ഓട്ടം."

"അതിന് വർക്കിച്ചനെന്തിനു പേടിക്കണം?"

"എടോ, മുറിക്കുന്ന സ്ഥലത്ത് ഒരമ്പലമുണ്ട്. മുറിച്ചാൽ അത് തുരു ത്തിക്കരയിലേക്ക് പോകും. താൻ ഉറുമ്പുങ്കരക്കാരനായതുകൊണ്ട് അതിന്റെ ഗൗരവം അറിയില്ല. അതാ മനസിലാവാത്തത്."

അമ്പലമെങ്ങനെ തുരുത്തിക്കരയിലേക്ക് പോകുമെന്ന് അയാൾ ആലോചിച്ചു. ചിലപ്പോൾ ടിപ്പർ ലോറിയിൽ കയറ്റിക്കൊണ്ട് പോകുമാ യിരിക്കും. അമ്പലമൊക്കെ കടത്താൻ ടിപ്പർ ലോറിയാ ഉചിതം. എതിർപ്പു ള്ളവർ നേരെ വരില്ലല്ലോ. അയാളുടെ ആലോചന പിടിച്ചെടുത്തുകൊണ്ട് വർക്കി പറഞ്ഞു.

"അഞ്ചുമണിക്ക് അമ്പലപ്പറമ്പിൽ മീറ്റിങ് വിളിച്ചിട്ടുണ്ട്. സാംസ്കാ രിക നായകനാണെങ്കിലും ഞാനൊരു ക്രിസ്ത്യാനിയല്ലേ ഡോ. എന്ത് അഭിപ്രായം പറഞ്ഞാലും ഒടക്കാൻ ആളുണ്ടാവും. കാലത്ത് നടക്കാൻ പോവുമ്പോ വല്ലവനും ഉള്ളിൽ വിരോധം വെച്ചുകൊണ്ട് ഒന്നു തന്നാൽ എന്റെ കാര്യം പോക്കായി. ജ്ഞാനപീഠത്തിന്റെ ചരടുവലികൾ നടന്നു കൊണ്ടിരിക്കുന്ന സമയത്ത് വല്ലതും പറ്റി കിടപ്പിലായാ ജ്ഞാനപീഠത്തിൽ കയറി മറ്റവനിരിക്കുന്നത് കാണേണ്ടിവരും."

'മറ്റവൻ' ഉത്തമനായ വർക്കിയുടെ എതിരാളി സാഹിത്യകാരനാണ്. അത് അയാൾക്കറിയാം. അയാൾ അകത്ത് പുച്ഛം വെച്ചുകൊണ്ട് വർ ക്കിയെ നോക്കി.

"തന്റെ ഭാര്യയെവിടെ?"

"ഉച്ചയ്ക്കുതന്നെ അവളെ മകളുടെ വീട്ടിൽ പറഞ്ഞുവിട്ടു."

"എന്തിന്?"

"എടോ, ദൈവങ്ങളും മതങ്ങളും സമൂഹവും തമ്മിലുള്ള വടംവലി യുക്തിവാദികൾക്ക് ഒരുകാലത്തും മനസിലായിട്ടില്ല. ഇരുട്ടുകൊണ്ട് വല്യ ഓട്ട അടയ്ക്കാൻ നോക്കുന്നവരല്ലേ നിങ്ങൾ?"

ആ വിഷയത്തെപ്പറ്റി വർക്കിയുമായി പിന്നീട് തർക്കിക്കാമെന്ന് അയാൾ വിചാരിച്ചു. വർക്കി തുടർന്നു:

"നമുക്കെന്തോ ഇതിൽ കാര്യം! ഇതൊരു മതപ്രശ്നമല്ലേ? സേഫ്റ്റി ക്കാ അവളെ മകളുടെ വീട്ടിലാക്കിയത്."

"കഷ്ടം."

അയാൾ ഒന്നു നെടുവീർപ്പിട്ടു.

തദ്ദേശസ്വയംഭരണ വകുപ്പിന്റെ തീരുമാനങ്ങളും കേരളത്തിന്റെ വിക സനവും ഇവിടത്തെ ജനതയുടെ മതവികാരത്തെ ആളിക്കത്തിക്കുമോ എന്ന് അയാൾ ആലോചിച്ചു.

സ്വയം സമാധാനപ്പെടുത്താനെന്നപോലെ വർക്കി വിശദമാക്കി.

"അമ്പലം തുരുത്തിക്കരയിലേക്ക് ചേർന്നാലും ഇല്ലെങ്കിലും ഇവി ടെയാർക്കും ഒരു ചുക്കും സംഭവിക്കാനില്ല. പക്ഷേ, കുഴപ്പമുണ്ടാകുമെന്ന് വരുത്തിത്തീർക്കുന്നവർ ഇതിനുള്ളിലുണ്ടാവും. ഞാൻ ഏത് അഭിപ്രായം പറഞ്ഞാലും ഒരു വിഭാഗത്തിന്റെ ശത്രുത ഉറപ്പാ. കേന്ദ്രത്തിൽ ബി ജെ പിയും ആർ എസ് എസും കയറി ഭരിക്കുന്ന സാഹചര്യം വരുമ്പോഴാ എന്റെ ജ്ഞാനപീഠം ശുപാർശ നടക്കുന്നതെങ്കി എതിർപ്പുള്ളോരു കേറി ഉടക്കിയാ കാര്യം വെട്ടിലാകും. മനസിലായോ? ഇനി ഇപ്പോത്തന്നെ, ഇവിടെ ഇടതുപക്ഷമാണേലും അമ്പലത്തിലും പള്ളീലും കേറി അവരും കളിക്കുകേല. അതായത് നമ്മുടെ ജീവൻ ഒരു കരുതലുമില്ലെന്ന്! ഒള്ള തുപിന്നെ നമ്മളെങ്കിലും നോക്കണ്ടേ?"

"അതായത് വി എച്ച് പി വല്ല വെട്ടുംതന്നാ കെ സി ബി സിയൊന്നും പോയി ചോദിക്കുകേലെന്ന് അർഥം. അല്ലേ?"

"അതുതന്നെ."

അതോടെ അഖിലകേരള ക്രൈസ്തവ ഐക്യമുന്നണി എന്നെ ങ്കിലും ഉണ്ടാകുമെന്ന് വർക്കി സ്വപ്നത്തിൽപ്പോലും പ്രതീക്ഷിക്കുന്നി ല്ലെന്ന് അയാൾക്ക് ഉറപ്പായി.

മനുഷ്യൻ കീടമാണെന്ന തത്വചിന്താപരമായ വാദം അയാളുടെ മന സിൽ കയറി വന്നു. ഇതൊക്കെ വിരൽചൂണ്ടുന്നത് പോസ്റ്റർയുദ്ധം മറ്റെ ന്തിനൊക്കെയോ വേണ്ടിയാണെന്നാണ്. അതു മനസിലാവണമെങ്കിൽ യോഗസ്ഥലത്തു പോകണം. ദൈവത്തിന്റെ രക്തപരിശോധനയുടെ ഫലം പ്രസിദ്ധപ്പെടുത്തിയവർ ദൈവത്തിന്റെ പട്ടയവും കുടികിടപ്പവകാശവും

വെളിപ്പെടുത്തിക്കൂടായ്കയില്ല. ഷർട്ടിന്റെ കൈകൾ ചുരുട്ടിക്കയറ്റിക്കൊണ്ട് അയാൾ പറഞ്ഞു.

"വർക്കിച്ചൻ വന്നേ. തന്നെ ക്ഷണിച്ച മീറ്റിങ്ങല്ലേ. നമുക്കു പോയി നോക്കാം."

"നാരായണാ, പോയിക്കഴിഞ്ഞാ...."

"വല്ലതും ചോദിക്കുമോന്നല്ലേ. അവിടെയും ഇവിടെയും തൊടാതെ അഭിപ്രായം പറഞ്ഞാമതി. ടീവിലെ ടോക്ഷോകള്‍ കണ്ടിട്ടില്ലേ. അതേപോലെ. അതാ ഇപ്പഴത്തെ ചർച്ചേടെ ഫാഷൻ."

വർക്കി കുതറി. അയാൾ പിടിച്ച പിടിവിട്ടില്ല.

"താൻ മിണ്ടാതിരുന്നാ മതിയെടോ. വിദ്വാനായതുകൊണ്ട് മിണ്ടാ തിരിക്കുവാണെന്ന് എല്ലാവരും വിചാരിച്ചോളും."

വർക്കിയെയും കൂട്ടി അയാൾ അമ്പലപ്പറമ്പിലേക്ക് നടന്നു.

സി പി എമ്മിലെ ഒ എം മൈതീൻ, സി പി ഐ യിലെ പാപ്പൂട്ടി, കോൺഗ്രസിലെ ഭാസ്കരൻപിള്ള, ബി ജെ പി യിലെ ശോഭ ജനാർദനൻ, ആർ എസ് എസിന്റെ കാര്യവാഹക് പത്മനാഭൻ, പരിസ്ഥിതി പ്രവർ ത്തകനും ഇടതുപക്ഷാനുയായിയുമായ കെ ജയരാജൻ, സാമൂഹിക പ്രവർത്തകയും ഫെമിനിസ്റ്റുമായ നളിനി രവീന്ദ്രൻ, പ്രകൃതി ജീവന ത്തിന്റെ ഡയറക്ടർ ഇല്യാസ് വെണ്ടോല, കവയിത്രി കാർത്തിക്കര മീനാ ക്ഷി, അധ്യാപകനും സാഹിത്യ വിമർശകനുമായ നാവുങ്കൽ നാരായ ണൻ തുടങ്ങിയവരൊക്കെ യോഗസ്ഥലത്തുണ്ട്. ഇവരൊക്കെ ഇരുപഞ്ചാ യത്തുകളിലേയും താമസക്കാരും പൊതുജനക്ഷേമ തൽപ്പരരും പൊതു കാര്യപ്രസക്തരുമാണ്.

ക്ഷേത്രസംരക്ഷണസമിതി പ്രസിഡന്റ് കെ എൻ കുറുപ്പിന്റെ അധ്യ ക്ഷതയിലാണ് യോഗം തുടങ്ങിയത്. കാർത്തിക്കരയിലെ ഹിന്ദുക്കളിൽ ഈഴവരും നായന്മാരുമാണ് അധികം. സാമാന്യം ധനികരാണ് ഇരുവി ഭാഗവും. അതെല്ലാവർക്കുമറിയാം.

വർക്കി വാപൂട്ടി ഇരിക്കുന്നതിന്റെ പിന്നിലായിത്തന്നെ അയാളും ഇരുന്നു. ഉറുമ്പുങ്കര പഞ്ചായത്തുകാരന് ഇതിലെന്താ കാര്യം എന്ന മട്ടിൽ ചിലരൊക്കെ അയാളെ നോക്കി.

ചർച്ച കൊഴുത്തപ്പോൾ തന്റെ അഭിപ്രായം മൈതീൻ ഭംഗിയായി ത്തന്നെ പറഞ്ഞു.

"ഇതെല്ലാം സർക്കാരിന്റെ തീരുമാനമാണ്. അത് അനുസരിക്കാൻ ജനങ്ങൾ ബാധ്യസ്ഥരുമാണ്. എതിർക്കാൻ ന്യായമായ കാരണങ്ങളു ണ്ടെങ്കിൽ പറയാം. അമ്പലമായാലും പള്ളിയായാലും പൊളിച്ചുമാറ്റാൻ പോകുന്നില്ലല്ലോ. സാങ്കേതികമായി അതിർത്തി മാറി എന്നുവെച്ച് അതി നെന്താ കുഴപ്പം?"

അവിടയെങ്ങും ചെറിയൊരു മിണ്ടാട്ടമില്ലായ്മ പരന്നു. അതിനു ശേഷം ഈ യോഗത്തിൽ രാഷ്ട്രീയമില്ലെന്ന അധ്യക്ഷന്റെ നിർദേശത്തെ ആദ്യംതന്നെ തള്ളിക്കളഞ്ഞുകൊണ്ട് ശോഭ ജനാർദനൻ ഒച്ചയുയർത്തി.

"ക്ഷേത്രത്തെയും വിശ്വാസികളെയും പറ്റി പറയാൻ കമ്യൂണിസ്റ്റു കാരന് എന്താ അർഹത?"

എതിർക്കാനുള്ള ഒരു വീര്യം മൈതീനിൽ ഉണ്ടായെങ്കിലും മൈതീൻ അടങ്ങി. അതു ശ്രദ്ധിച്ച് ആർ എസ് എസിലെ പത്മനാഭൻ പറഞ്ഞു.

"പ്രിയപ്പെട്ട വിശ്വാസികളേ, നല്ല വരുമാനമുള്ള ദേവനാണ് നമ്മുടെ കാർത്തിക്കര മഹാദേവൻ. ഈ നാടിന്റെ ഐശ്വര്യമൂർത്തി. തേവരെ മാറ്റാൻ സമ്മതിക്കരുത്."

"അതെ അതെ... നമ്മുടെ പഞ്ചായത്തീത്തന്നെ വേണം നമ്മുടെ തേവര്."

കെ എൻ കുറുപ്പാണ് ഇങ്ങനെ പിന്താങ്ങിയത്. ചത്തടിഞ്ഞുപോയ യുക്തിവാദികളെയും പുരോഗമനവാദികളെയും മാനുഷ മിശ്രവിവാഹ സംഘത്തെയുമെല്ലാം മനസിൽ സ്മരിച്ചുകൊണ്ട് അയാൾ എണീറ്റു. വർക്കി അയാളെ വലിച്ചിരുത്താൻ നോക്കി. അയാൾ ഇരുന്നില്ല.

"നല്ല വരുമാനം അമ്പലത്തിനുണ്ടെന്നു പറഞ്ഞല്ലോ. അതുകൊ ണ്ടെന്താ പഞ്ചായത്തിനുന്റേട്ടം? സിനിമാശാലയോ ഫാക്ടറിയോ പെട്ടി ക്കടയോ നടത്തണമെങ്കിൽ പഞ്ചായത്തിനു നികുതി കെട്ടണം. അമ്പലം നടത്താൻ നികുതിയടക്കേണ്ടല്ലോ."

"താനാരാ?"

കൈയിൽ ചരടുകെട്ടിയ, നെറ്റിയിൽ ഉറിപോലെ കുറി വരച്ചുതുക്കിയ ഒരു ചെറുപ്പക്കാരൻ എണീറ്റു വിരൽചൂണ്ടി. വർക്കി ചാടിയെണീറ്റ് അയാളെ ഇരുത്തിക്കൊണ്ട് പറഞ്ഞു.

"എന്റെ കൂടെ വന്നതാ."

"ഓഹോ! സാറിന്റെ ആളാണോ?"

വർക്കിയെ നോക്കി ചെറുപ്പക്കാരൻ ചോദിച്ചു. വർക്കി തന്റെ സ്നേ ഹിതനെ ഒന്നു നോക്കി. ലോകത്തെ ഏറ്റവും ദയനീയമായ നോട്ടമാ യിരുന്നു അത്. ജ്ഞാനപീഠവും താമ്രപത്രവും എവിടെയോ വീണുട യുന്ന ശബ്ദം വർക്കി കേട്ടിട്ടുണ്ടാവണം.

"പൈതൃകമാണ് ക്ഷേത്രങ്ങൾ. പഞ്ചായത്തുമാറ്റി അതിന്റെ പെരുമ നശിപ്പിക്കരുത്."

പത്മനാഭൻ പറഞ്ഞപ്പോൾ ജനങ്ങളിൽ കുറെപ്പേർ ഒച്ചവെച്ച് അതിനെ പിന്തുണച്ചു. അയാൾ ഇരുന്നയിരുപ്പിൽ കഴുത്തു തിരിച്ച് അവ രെയെല്ലാം ശ്രദ്ധിച്ചു. പിന്നെ മതഭ്രാന്തന്മാർ തന്നെ കൊല്ലുകയാണെ ങ്കിൽ കൊല്ലട്ടെ എന്നു കരുതി അയാൾ എണീറ്റുനിന്നു.

"ഗ്രേഡനുസരിച്ച് പ്രവർത്തിക്കുന്ന കച്ചവടസ്ഥാപമല്ലേ ഓരോ ഹൈന്ദവ ആരാധനാലയവും? സ്വന്തമായൊരു കൊപ്രക്കളമുണ്ട് എന്ന് പറയുംപോലെയല്ലേ വളപ്പിലൊരു വരുമാനമുള്ള അമ്പലമുണ്ട് എന്നിപ്പോ ചിലരൊക്കെ പറയുന്നത്? നാട്ടുകാരൊക്കെ അമ്പലം നട്ടുതുടങ്ങി. മുപ്പ ത്തിമുക്കോടി പ്രതിഷ്ഠയും എവിടാ പൈതൃകവും ഐതിഹ്യവും?"

വീണ്ടുമൊരു അശാന്തമായ നിശബ്ദത പരന്നു. പലരും തമ്മിൽത്ത മ്മിൽ നോക്കുന്നു. ആയാൾ ഇരുന്നില്ല. ആരെങ്കിലും മറുപടി പറയട്ടെ

എന്നു കരുതി ഓരോരുത്തരെയും മാറിമാറി ശ്രദ്ധിച്ച് നിൽക്കുകതന്നെ യാണ്.

"സത്യം പറ. താൻ അഹിന്ദുവല്ലേ? തനിക്കെന്താ ഇവിടെ കാര്യം?"

സദസിൽ നിന്ന് എണീൽക്കാതെ ഒരാൾ ചോദിച്ചു. ത്രിശൂലമുന യുള്ള ചോദ്യം.

"ആരായാലെന്താ. പറയുന്നതിൽ കാര്യമുണ്ടോയെന്നു നോക്കിയാ മതി."

അയാൾ ഉറപ്പോടെ പറഞ്ഞു. പിന്നെ ഒന്നുകൂടി ഒച്ചയുയർത്തി തുടർന്നു.

"ഒരു കല്ലെടുത്തുവെച്ചാ ആരാധിക്കാൻ ആളുവന്നു തുടങ്ങും. തഹ സീൽദാർ വന്ന് സ്ഥലം അളന്നു തരും. പിന്നെ ആരും തൊടുകേല. കാവി തൂക്കാനും ബോർഡുവയ്ക്കാനും രാഷ്ട്രീയാധികാരമുള്ള സംഘടനകളും വരും. വരുമാനം എങ്ങോട്ടുപോയാലും വേണ്ടില്ല എന്നായിട്ടുണ്ട്. അല്ലേ? അല്ലെങ്കിൽ പറ.....!"

സദസിൽ ചിലരൊക്കെ എണീറ്റു.

"അയാളീ പഞ്ചായത്തുകാരനല്ല. അയാളെ എറക്കിവിട്."

ആരോ പറഞ്ഞു. വർക്കി പരിഭ്രാന്തനായി എണീറ്റ് എല്ലാവരെയും തടഞ്ഞശേഷം അയാളുടെ കാലുപിടിക്കും പോലെ പറഞ്ഞു.

"പൊന്നു നാരായണാ. താനൊന്നു മിണ്ടാതിരി. എന്നെ കൊല്ലാ ക്കൊല ചെയ്യല്ലേ."

സുഹൃത്തിനുവേണ്ടി അയാൾ അടങ്ങി. വർക്കിയുടെ അഭ്യർഥന കേട്ട് ജനങ്ങളും അടങ്ങി. പിന്നീട് പ്രതീക്ഷിച്ചതുപോലെയാണ് കാര്യ ങ്ങൾ നീങ്ങിയത്. മൈതീനും പാപ്പൂട്ടിയും ഇല്യാസും മറ്റ് അഹിന്ദുക്കളും മിതഭാഷികളായി സഭയിൽ തുടർന്നു. പൊതുപ്രവർത്തകരായിപ്പോയതി നാൽ വിളിച്ചാൽ പോകാതെ തരമില്ലല്ലോ എന്നഭാവം ക്ലാവുപിടിക്കാതെ അവരിലുണ്ട്. ഹൈന്ദവർക്കാണ് ഭൂരിപക്ഷം എന്നതിനാൽ തങ്ങൾ പറ യുന്നതെന്തും അഹിന്ദുക്കളായ നേതാക്കന്മാരൊക്കെ അനുനയഭാവ ത്തിൽ അഗീകരിച്ചോളും എന്ന് യോഗത്തിനെത്തിയ ബഹുഭൂരിപക്ഷം ഹിന്ദുവാദികളും വിശ്വസിക്കുന്നുമുണ്ട്. എഴുത്തുകാരായ കാർത്തിക്കര മീനാക്ഷിയും നാവുങ്കൽ നാരായണനും അതിഹൈന്ദവന്മാരും അപകട കാരികളായ ഈശ്വരവിശ്വാസികളുമാണെന്ന് അയാൾക്ക് ബോധ്യപ്പെട്ടു. അയാളത് വർക്കിയോട് പറയുകയും ചെയ്തു. കാർത്തിക്കര മീനാക്ഷി, കവിതയിൽ നാളിതുവരെ ഒരു കലാപവും ഉണ്ടാക്കിയിട്ടില്ലാത്തത് പര മാവധി കലാപം വീട്ടിലും പൊതുസമൂഹത്തിലും എടുക്കുന്നതുകൊണ്ടാ ണെന്ന് അവിടെവെച്ച് അയാൾക്ക് ബോധ്യം വന്നു. അയാൾ ഒന്നുകൂടി ഫലിതം പറഞ്ഞു. പലചരക്കുകടയിലേക്കു പോണ ഭർത്താവിന് ദരിദ്ര യായ ഭാര്യ കുറിപ്പടി എഴുതിക്കൊടുക്കുന്നതുപോലെയുള്ള അവരുടെ കവിതയെഴുത്ത് കാർത്തിക്കര മഹാദേവൻ അവസാനിപ്പിച്ചുതരികയാ ണെങ്കിൽ വിശ്വാസിയായിക്കോളാം. വർക്കി തലയറഞ്ഞു ചിരിച്ചു. മറ്റെ ഴുത്തുകാരനെ കുറ്റം പറയുന്നത് ഏത് എഴുത്തുകാരനും സന്തോഷമാ ണല്ലോ.

അതിനകം ചർച്ച മറ്റൊരു വഴിയിലേക്ക് നീങ്ങിക്കഴിഞ്ഞിരുന്നു. ജനാ ധിപത്യപരമായ പ്രതിഷേധമോ അടിസ്ഥാനവർഗത്തിന്റെ ജീവിതനില വാരവും സുരക്ഷിതത്വവും ഉറപ്പാക്കുന്നതിനുള്ള ശ്രമമോ അല്ല ആ യോഗംകൊണ്ട് ഉദ്ദേശിക്കുന്നതെന്ന് വൈകാതെ അവർക്ക് മനസിലായി. ഇപ്പോൾ എങ്ങനെയുണ്ട് എന്ന മട്ടിൽ വർക്കി പലവട്ടം അയാളെ നോക്കി.

കാർത്തിക്കര വിസ്തീർണത്തിൽ ചെറുതാവുകയും കുരുത്തിക്കര വലുതാവുകയും ചെയ്യുന്നതിനെ കക്ഷിരാഷ്ട്രീയത്തിലെ അധികാരദാ ഹികൾ ഭയപ്പെടുന്നുണ്ട്. തങ്ങൾക്ക് ഉറപ്പുള്ള വോട്ടുകൾ എതിർപഞ്ചാ യത്തിലേക്ക് പോകുന്നതിനെ തടയുകയാണ് രണ്ടുകക്ഷികളുടെയും ശ്രമം. ഭൂരിപക്ഷ മതവികാരത്തെ ചൂഷണം ചെയ്തുകൊണ്ട് വോട്ടർമാ രുടെ എണ്ണക്കണക്ക് നിലനിർത്താനാണ് അവർ ശ്രമിക്കുന്നത്. അതി നിടയിലുള്ള മൗനം ഒരു രാഷ്ട്രീയതന്ത്രം മാത്രം.

അതിനുശേഷമാണ് കാറ്റുമാറി വീശിയത്. യോഗത്തിൽ അതുവരെ മിണ്ടാതിരുന്ന അംബേദ്കറിന്റെ ചിത്രം പതിച്ച കറുത്ത കുപ്പായക്കാരൻ എണീറ്റുനിന്നു. അയാൾക്കൊപ്പം അതേ വേഷമിട്ട എട്ടുപത്തുപേരും എണീറ്റുനിന്നു.

"ചുടലച്ചാരം പൂശി കാളത്തോലുടുത്ത് ഉടുക്കുകൊട്ടി നടക്കുന്ന പര മശിവൻ ദളിത് ദൈവമാണ്. കൈലാസവും കാളകൂടവും കാടുംമേടും കാനനച്ചോലയും അവർണന്റേതാണ്. ദളിതരെ ഇനിയും അടിച്ചമർത്തി അപമാനിക്കരുത്."

യോഗസ്ഥലത്ത് കൂടിയ മുഴുവൻ തലകളും ശബ്ദം കേട്ടിടത്തേക്ക് തിരിഞ്ഞു. അയാളും നോക്കി. അയാൾക്ക് ആളുകളെ മനസിലായി.

"ഹേയ് ഹേയ്... ഇരിക്കൂ... നിങ്ങൾ ഇരിക്കൂ. പവിത്രസ്ഥലമാണിത്. ഇവിടെവെച്ച് അവിവേകം പറയരുത്."

കെ എൻ കുറുപ്പ് എണീറ്റ് ഇരുകൈയുമുയർത്തി അവരെ തടഞ്ഞു.

മതവിഷയമായതിനാൽ നേതൃത്വത്തോട് ആലോചിക്കാതെ പരസ്യ മായി അഭിപ്രായം പറയുന്നതെങ്ങനെ എന്ന പരുങ്ങലിൽ പാപ്പുട്ടിയും മൈതിനും നിൽക്കുന്നത് അയാൾ ശ്രദ്ധിച്ചു. കോൺഗ്രസ് പാർട്ടിയിൽ ആർക്കും ആരോടും അഭിപ്രായം പറയാൻ ചോദിക്കേണ്ട ബാധ്യതയി ല്ലാത്തതിനാലും അതിലുപരി ഹൈന്ദവനും സവർണനുമാണെന്ന് ബോധ്യമുള്ളതിനാലും ഭാസ്കരൻ പിള്ള മാത്രം ചാടിയെണീറ്റ് കറുത്ത കുപ്പായക്കാരനുനേരെ അലറി.

"ഇരിയെടാ അവിടെ."

പിന്നെ തിരിഞ്ഞ് ചോദിച്ചു:

"കുറുപ്പ് ചേട്ടാ, ആരാ ഇവരെയൊക്കെ വിളിച്ചത്?"

ഭാസ്കരൻ പിള്ളയുടെ ആ നീക്കം മൈതീനും പാപ്പുട്ടിയും പ്രതീ ക്ഷിച്ചതല്ല. അവർ ചെവിയിൽ വിരലിട്ടു കടിമാറ്റുകയും മൊബൈൽ ഫോണിൽ സമയം നോക്കുകയും ചെയ്തു. ദിവസേന പാർട്ടി നയം മാറു ന്നതിനാൽ ഉറച്ചൊരു തീരുമാനവും എണീറ്റുനിന്നു പറയാനാവുന്നില്ല ല്ലോ എന്ന ആശയക്കുഴപ്പം മൈതീന്റെ മുഖത്ത് വ്യക്തമായും കാണ

പ്പെട്ടു. എവിടെനിന്നോ വന്ന ഒരു ധൈര്യത്തിൽ ശോഭ ജനാർദനൻ എണീ
റ്റുനിന്നു. പറഞ്ഞു:

"ഈ പ്രശ്നത്തിൽ ജാതികൊണ്ടുവരരുത്. ഇത് ഹിന്ദുമതത്തിന്റെ
ഒന്നാകെയുള്ള പ്രശ്നമാണ്."

"നിങ്ങളത് പറയരുത്. അതു ശരിയല്ല. ശ്രീനാരായണ ധർമപരിപാ
ലനസംഘം വനിതാസമിതി അധ്യക്ഷകൂടിയാണ് നിങ്ങൾ."

എല്ലാവരും അതു പറഞ്ഞയാളെ നോക്കി. മഞ്ഞപ്പട്ടു ഷർട്ടിട്ട ചെറു
പ്പക്കാരൻ വിരിഞ്ഞ നെഞ്ച് കാണിച്ച് തുടർന്നു.

"ശ്രീനാരായണീയരാണ് നമ്മളൊക്കെ. ഈഴവനല്ലേ ശിവൻ?"

നാരായണഗുരുസ്വാമിയല്ലേ ശിവനെ ഈഴവനാക്കി പ്രതിഷ്ഠിച്ചത്?

ഏതു മലയാളിക്കുമറിയില്ലേ അത്? ശ്രീമതി ശോഭ ഇവിടെ മലക്കം
മറിയരുത്. നമ്മുടെ ജാതീടെ അഭിമാനപ്രശ്നമാണിത്."

താൻ ഇനിയും മിണ്ടാതിരിക്കാമോ എന്ന മട്ടിൽ അയാൾ വർക്കിയെ
നോക്കി. 'നമ്മളൊക്കെ രക്ഷപ്പെട്ടു' എന്നൊരു ആശ്വാസത്തിലിരിക്കുക
യാണ് വർക്കി. ജാതിക്കളിയിലേക്ക് യോഗം തലകുത്തി വീണിരിക്കുക
യാണെന്ന് ഇരുവർക്കും മനസിലായി. അതിനെ ശരിവെച്ചുകൊണ്ട് എൻ
എസ് എസിന്റെ കരയോഗം പ്രസിഡന്റ് മിതഭാഷിയുടെ ഈണത്തിൽ
സസാരിച്ചു.

"സുഹൃത്തുക്കളേ, തർക്കംവേണ്ട. നായൻമാരുള്ളിടത്തേ ശിവൻ
ഇരുന്നിട്ടുള്ളൂ. നമ്മുടെ കാണപ്പെട്ട ദൈവമാണെന്ന് ഉറപ്പുള്ളതുകൊ
ണ്ടല്ലേ നാരായണഗുരു ശിവനെ തട്ടിയെടുത്ത് ഈഴവനാക്കി പ്രതിഷ്ഠി
ച്ചത്. ചരിത്രം തിരുത്തപ്പെടുന്ന കാലമാണിത്. നടക്കില്ല ഒരു കളിയും.
ജയിക്കില്ല ഒരു പാർട്ടിയും. അതൊറപ്പിച്ചോ."

നാവുങ്കൽ നാരായണൻ, ഇല്യാസ് വെണ്ടേല, കാർത്തിക്കര മീനാ
ക്ഷി, നളിനി രവീന്ദ്രൻ, കെ ജയരാജൻ എന്നീ ബുദ്ധിജീവികൾ ഇപ്പോൾ
നിശ്ശബ്ദരാണ്. ചർച്ച കറുത്ത കുപ്പായക്കാരും മഞ്ഞക്കുപ്പായക്കാരും കര
യോഗക്കാരും ഏറ്റെടുത്തുകഴിഞ്ഞു. ഇനി യോഗക്ഷേമസഭക്കാരും ഗോത്ര
ജനമഹാസഭക്കാരും ദളിത് ഐക്യസമിതിയും ദളിത് പാന്തേഴ്സും
ദേവസ്വം പ്രതിനിധികളും ക്ഷേത്രം ഭരണാധികാരികളും ആ ചർച്ച തുടർ
ന്നു നയിക്കുമായിരിക്കും.

ദൈവങ്ങൾ ആരുടെ സ്വന്തമാണ് എന്ന ചർച്ച.

അയാൾ ഇതുവരെയുള്ള തന്റെ ജീവിതത്തെപ്പറ്റി ഒന്നാലോചിച്ചു
നോക്കി. പെട്ടെന്നുതന്നെ ഇതൊരു പോരാട്ടവേദിയാണെന്ന് അയാൾക്ക്
വ്യക്തമാവുകയും ചെയ്തു. ദൈവമില്ലെന്നും ദൈവത്തെ സങ്കൽപ്പിച്ച്
മനുഷ്യൻ നടത്തുന്ന പലതരം തട്ടിപ്പുകൾ മാത്രമേയുള്ളൂവെന്നും ഉറ
ച്ചു വിശ്വസിക്കുന്ന അയാൾ വർക്കിയുടെ കൈയും അഭ്യർഥനയും തട്ടി
മാറ്റിക്കൊണ്ട് കൊടുങ്കാറ്റുപോലെ ഉയർന്നു.

"ബുദ്ധന്മാരുടെ ആരാധനാലയങ്ങൾ തട്ടിയെടുത്ത് സ്വന്തമാക്കിയ
കൊള്ളക്കാരല്ലേ ഇവിടുത്തെ ഹിന്ദുക്കൾ? എന്ത് അധികാരത്തിലാണ്
നിങ്ങളൊക്കെ ക്ഷേത്രത്തിനും ദൈവത്തിനുംവേണ്ടി വാദിക്കുന്നത്?"

അതു പറഞ്ഞതോടെ യോഗസ്ഥലത്ത് വീണ്ടുമൊരു നിശ്ശബ്ദത പരന്നു. ഇക്കുറി അതിന് ഭയാനകമായ ഒരു ഭാരവും അനുഭവപ്പെട്ടു. അടുത്തക്ഷണം അയാളുടെനേരെ ഒരാൾക്കൂട്ടം ചീറിവരുന്നത് വർക്കി കണ്ടു. വർക്കിക്ക് തടുക്കാൻ കഴിഞ്ഞില്ല. തിരമാലപോലെ ഒരേ സ്വരത്തിൽ ആക്രോശം മുഴങ്ങി.

"ഞങ്ങളൊക്കെ കൊള്ളക്കാരാണെന്ന് പറയാൻ നീയാരാടാ?"

മറുപടി പറയാൻ അയാൾ വാ തുറന്നതാണ്. ഒരു കല്ല് നല്ല ശക്തിയിൽ അയാളുടെ നെഞ്ചത്തുകൊണ്ടത് അന്നേരമായിപ്പോയി. മറ്റൊന്ന് ഇടതു നെറ്റിക്ക് മേലെയും പതിച്ചു. പിറകിൽ നിന്ന ആരൊക്കെയോ അയാളെ ചവിട്ടിവീഴ്ത്തി. കമിഴ്ന്നടിച്ചു വീണപ്പോൾ വായിൽ മണ്ണുകയറിയത് അയാൾ അറിഞ്ഞു. പലവട്ടം വീണുപോയ വർക്കി നിലവിളികളോടെ സുഹൃത്തിനരികിലെത്തി. ചവിട്ടിന്റെ ഒരു പൂരം കഴിഞ്ഞ് ആളുകൾ പിരിഞ്ഞു. യോഗവും.

മണ്ണുതുപ്പിക്കൊണ്ട് അയാൾ എണീറ്റു. തനിയെ നിൽക്കാൻ വയ്യ. വർക്കി അയാളെ താങ്ങി മുഖത്തെ മണ്ണും ചോരയും തുടച്ചുകളഞ്ഞു. അയാൾ പറഞ്ഞു:

"വർക്കിച്ചാ, പോകാം."

അഴിഞ്ഞുപോയ മുണ്ട് ഉടുപ്പിച്ചുകൊടുത്തുകൊണ്ട് വർക്കി ആശ്വസിപ്പിച്ചു.

"ഞാനപ്പോഴേ പറഞ്ഞതല്ലേ മുങ്ങാമെന്ന്."

വർക്കിയുടെ ചുമലിൽ തൂങ്ങി മുടന്തി നടന്നുകൊണ്ട് അയാൾ നീരു വെച്ച വാ തുറന്ന് പറയാൻ ശ്രമിച്ചു.

"സാരമില്ല വർക്കിച്ചാ... അതുകൊണ്ട് രണ്ടുകാര്യങ്ങൾ മനസിലാക്കാൻ പറ്റിയല്ലോ."

അതെന്താണെന്ന് അറിയാനായി വർക്കി അയാളെ നോക്കി. ആളൊഴിഞ്ഞ മൈതാനത്തിലൂടെ ഒരു കാറ്റ് കടന്നുപോയി. നെഞ്ച് തിരുമ്മിക്കൊണ്ട് ചോര ചുവയ്ക്കുന്ന വായോടെ അയാൾ പറഞ്ഞു:

"അമ്പലം കത്തിക്കണമെന്നും അമ്പലം വിഴുങ്ങരുതെന്നും ആരും പറഞ്ഞില്ലല്ലോ."

വർക്കി ഒന്നും മിണ്ടിയില്ല. അവരിവരുവരും നിശ്ശബ്ദം നടന്നു.

ബുബു

"**നി**ങ്ങൾക്കെന്നെ പരസ്യമായി അംഗീകരിക്കുവാൻ കഴിയുകയില്ല. ഒരിക്കൽപ്പോലും ഒഴിവാക്കുവാനും. അതുകൊണ്ട് എല്ലായ്പ്പോഴും നിങ്ങ ളെന്നെ അവഗണിക്കുന്നു."

അയാളുടെ കാൽച്ചുവട്ടിൽനിന്ന് രണ്ടടിയോളം അടുത്തേക്ക് വന്നു കൊണ്ട് സ്വരത്തിൽ രോഷമോ നിരാശയോയില്ലാതെ അവർ മൃദുവായി പറഞ്ഞു. മൂന്നുവർഷത്തെ അയൽപക്കബന്ധത്തിനുശേഷം ആദ്യമായി അവർ തമ്മിൽ നേരിൽ സംസാരിക്കുകയായിരുന്നു. അയാൾ ആരെങ്കിലും കാണുന്നുണ്ടോ എന്ന നേരിയ പരിഭ്രമത്തോടെ വരാന്തയുടെ ഇരുവശ ത്തേക്കും നോക്കി. അതുമനസിലാക്കി അനുതാപത്തോടെ അവർ അറി യിച്ചു.

"എന്റെ ഭർത്താവും മക്കളും കൂടെവന്ന സുഹൃത്തുക്കളും നല്ല ഉറ ക്കത്തിലാണ്. അവരൊക്കെ എണീക്കാൻ നേരം വൈകും."

അതുപറഞ്ഞപ്പോഴും അൽപ്പം പോലും ഇടർച്ചയോ വൈരാഗ്യമോ അവരുടെ സ്വരത്തിൽ ഉണ്ടായിരുന്നില്ല. അയാളാണ് വാസ്തവത്തിൽ അങ്കലാപ്പോടെ നിൽക്കുന്നത്.

പുറത്ത് ആർദ്രമായ തണുപ്പ് പടർന്നുനിന്നിരുന്നു. നേരത്തേയെ ത്തുന്ന സൂര്യരശ്മികൾ പ്രഭാതത്തിന്റെ ദൈർഘ്യത്തെ ലഘൂകരിക്കു ന്നതിനാൽ ഹോട്ടലിന്റെ വരാന്തയിലും വല്ലാത്ത വെളിച്ചമെത്തിയിരുന്നു. എന്നിട്ടും അയാൾക്ക് തണുക്കുന്നുണ്ടായിരുന്നില്ല. അവരും ധരിച്ചിരുന്ന ചുരിദാറല്ലാതെ മറ്റൊന്നും അണിഞ്ഞിരുന്നില്ല. ദുപ്പട്ട തലയിലൂടെ വലി ച്ചിട്ട് ശിരസ്സു മറച്ചിരുന്നു. അവരുടെ ഇടത്തേക്കാലിൽ അയാളെ എപ്പോഴും ആകർഷിച്ചിരുന്ന വെള്ളിത്തള അപ്പോഴും കിടപ്പുണ്ടായിരുന്നു.

"എന്തുകൊണ്ടാണ് ഒരിക്കൽപ്പോലും നിങ്ങളെന്നോട് മിണ്ടാതിരു ന്നിട്ടുള്ളത്. നമ്മൾ ദിവസവുമെന്നപോലെ കാണാറുണ്ടായിരുന്നിട്ടും.."

അവർ ചോദിച്ചു. അയാൾ അൽപ്പം കുനിഞ്ഞ് മഞ്ഞത്തടികൊണ്ട്
പണിത കൈവരിയിൽ പിടിച്ച് അകലേക്ക് നോക്കിയതല്ലാതെ ഒന്നും
പറഞ്ഞില്ല. കരിങ്കല്ലുകൊണ്ട് പണിത ഭിത്തികളും കൊത്തുപണിചെയ്ത
മരവാതിലുകളും ഹോട്ടലിനെ ഭംഗിയാക്കിയിരുന്നു.

"ഇപ്പോഴും ഒന്നും സംസാരിക്കാൻ ഭാവമില്ലേ. അതോ ഞാനൊരു
ശല്യമായി തോന്നുന്നുണ്ടോ.."

ഒന്നുകൂടി അയാളുടെ നേരെ തിരിഞ്ഞ് കഠിനമായ വേദനയനുഭവി
ക്കുന്ന മുഖഭാവത്തോടെ അവർ പറഞ്ഞു. അയാൾക്ക് എന്തെങ്കിലും
പറയണമെന്നുണ്ടായിരുന്നു. അതിനാവശ്യമുള്ളത് അയാളുടെ തൊണ്ട
ക്കുഴിയോളം എത്തുകയും ചെയ്തതാണ്. എന്നിട്ടും അയാൾ ആ സന്ദർഭ
ത്തിനു നിരക്കാത്ത ഭീതിയോടെ വരാന്തയുടെ അറ്റത്തേക്ക് നോക്കുക
യാണ് ചെയ്തത്. അയാൾക്ക് ധൈര്യം പകരാനെന്നപോലെ ക്ഷമയുടെ
ക്ഷീരംപോലെ പ്രായത്തിന്റെ കേടുകൾ ബാധിക്കാത്ത പല്ലുകൾ കാട്ടി
അവർ ചോദിച്ചു.

"നമ്മുടെ അപ്പാർട്ടുമെന്റ്സിലെ ചൗധരിയും ഗുണാജിയും വീണ
യുമൊക്കെ പറയുന്നതുപോലെ ഞാനും പറയട്ടെ..."

അപ്പോൾ അയാൾ അതെന്താണെന്നറിയാൻ മറ്റെല്ലാം മറന്ന് അവ
രുടെ മുഖത്തേക്ക് നോക്കി. അതവർക്ക് ഇഷ്ടമായെന്നുതോന്നി.

"പെർമിനന്റ് ബി പി പേഷ്യന്റ്."

ചിരിച്ചുകൊണ്ടായിരുന്നെങ്കിലും അത്രയും പറഞ്ഞതോടെ അവരുടെ
ചിരി എവിടെയോ മറഞ്ഞുപോയി. അവിടെ പരിഭ്രമം നിറഞ്ഞു. ഇരുവ
ശത്തേക്കും തല ചലിപ്പിച്ചുകൊണ്ട് ഒന്നുകൂടി അയാൾക്കടുത്തേക്ക് ചേർ
ന്നുകൊണ്ട് അവർ നന്നേ സ്വരം താഴ്ത്തിപ്പറഞ്ഞു.

"പൊറുക്കണം. പെട്ടെന്ന് ഇത്ര അടുത്തുവന്നപ്പോൾ..ഫ്രീയായിക്കി
ട്ടിയപ്പോൾ... സത്യമായും പരിഹസിച്ചതല്ല.."

കഷ്ടിച്ച് ആറുമണിയാകുന്നതേയുള്ളൂ. ചൂടുകുപ്പായവും കാലുറ
യുമിട്ട പണിക്കാരി താഴെ കോൺക്രീറ്റ് തറയിൽ തുണി നിവർത്തിയിട്ട്
ഉരച്ചുകഴുകുന്നു. തറനിരപ്പിനടിയിൽ തീർത്ത വെള്ളക്കുഴികളിലാണ്
അവർ ജലം സംഭരിച്ചിരിക്കുന്നത്. സദാ തണുപ്പേറ്റ് വിറങ്ങലിച്ച വിരലു
കൾ. വെള്ളപ്പൂക്കൾ വിടരുന്ന ഒരു ചെറുമരം അവിടെ നിൽപ്പുണ്ട്. അ
യാൾ അവരെ നോക്കി. അവർ അയാളെത്തന്നെ ശ്രദ്ധിച്ച് നിൽക്കുകയാ
യിരുന്നു. അയാളപ്പോൾ ചുണ്ടുകൾ തുറക്കാതെ ഒന്നു ചിരിച്ചു. അന്നേരം
അവരൊന്നു നിശ്വസിച്ചു.

"കോഫി കിട്ടിയോ."

"വിളിച്ചുപറഞ്ഞില്ല. കോഫി വന്നാൽ എല്ലാരുമുണരും."

അയാൾ അവരെത്തന്നെ ശ്രദ്ധിച്ചു.

വർഷങ്ങൾ നീണ്ട അധ്വാനത്തിനുശേഷമാണ് അയാൾക്ക് പഴയ
ഡൽഹിയിൽ ഒരു ഫ്ലാറ്റ് വാങ്ങാനായത്. അയാളും ഭാര്യയും മാത്രം.
മകൻ വിദേശത്ത് നാട്ടിലെ പഠനം കഴിഞ്ഞ് ജോലിക്കുകയറിയിരുന്നു.

ആറു വർഷം കൂടി കഴിഞ്ഞാൽ അയാൾ ജോലിയിൽ നിന്ന് വിരമിക്കും. ഏഴാം നിലയിലായിരുന്നു അവരുടെ ഫ്ലാറ്റ്.

മൂന്നുവർഷം മുമ്പ് ഡൽഹിയിൽ നന്നായി മഴ പെയ്ത ദിവസം. അയാൾ ബാൽക്കണിയിൽ മഴ നോക്കി നിൽക്കുകയായിരുന്നു. മഴ ശക്തി യായിത്തന്നെ പെയ്തു. അന്നേരമാണ് തൊട്ടടുത്ത ഫ്ലാറ്റിലെ ബാൽക്ക ണിയിൽ ഒരനക്കം കേട്ടത്. അയാൾ തല ചരിച്ചു നോക്കി. അവിടെ അയാ ളെപ്പോലെ മഴ നോക്കി അവരും നിൽക്കുന്നുണ്ടായിരുന്നു. തെറിച്ച കാറ്റ് അവരെ മറിച്ചിടാൻ പോന്ന വിധത്തിൽ വീശുന്നുണ്ടായിരുന്നു. അതാ യിരുന്നു അവരുടെ ആദ്യകൂടിക്കാഴ്ച. പിന്നീട് മഴ പെയ്തപ്പോഴൊക്കെ അവർ ബാൽക്കണിയിൽ ഇറങ്ങിനിന്നു. അയാളും. ഒരിക്കൽപ്പോലും സംസാരിച്ചില്ല. നീണ്ട മൂന്നുവർഷത്തോളം. അതിനിടയിൽ പുറത്തുവച്ച് പലപ്പോഴും കണ്ടു. അവരുടെ മുഖത്ത് അനുവാദം കിട്ടിയാൽ വിരിയാൻ കാത്ത് ഒരു പുഞ്ചിരിയും പലപ്പോഴും തങ്ങിനിന്നിരുന്നു. അയാൾ ഒരി ക്കൽപ്പോലും ചിരിക്കാതിരുന്നിട്ടും അവരാ ചിരിയെ മുഖത്തുനിന്ന് കള ഞ്ഞില്ല.

എന്തിനാണ് ഇത്രകാലം താനവരോട് സംസാരിക്കാതിരുന്നതെന്ന് അയാളാലോചിച്ചു. പ്രത്യേകിച്ച് കാരണമൊന്നുമില്ല. വീട്ടിലെ ഏകാന്ത തയിൽ തനിച്ചിരുന്നപ്പോഴൊക്കെ ബാൽക്കണിയിൽ ഇറങ്ങിനിൽക്കാൻ അയാൾ ആഗ്രഹിച്ചു. പക്ഷേ ഡൽഹിയിലെ കാലാവസ്ഥയിൽ പല പ്പോഴും അതിന് കഴിയുമായിരുന്നില്ല. രോമം കരിച്ചുകളയുന്ന ചൂടും തൊലി കീറിപ്പൊളിക്കുന്ന തണുപ്പും ഒരേപോലെ അസഹ്യമായിരുന്നു. അതുകൊണ്ട് വല്ലപ്പോഴും വീണുകിട്ടുന്ന മഴയ്ക്കായി അയാൾ കൊ തിച്ചു. അവരും അങ്ങനെ കൊതിച്ചിട്ടുണ്ടാകുമെന്നാണ് ഇപ്പോൾ തോന്നു ന്നത്. പക്ഷേ, മഴ കുറവായിരുന്നു. പെയ്തപ്പോഴാകട്ടെ പുറത്തിറങ്ങാനാ വാത്ത വിധം കഠിനവും.

ഇതേപോലെ നേരത്തേയുണർന്ന ഒരു പുലരിയിൽ എന്തിനോ അയാൾ ബാൽക്കണിയിൽ ചെന്നു. ഒന്നുരണ്ടു വർഷം മുമ്പാണത്. ഒരു ഗ്രില്ലിന്റെ അകലമേയുള്ളൂ അവരുടെ ഫ്ലാറ്റിലേക്ക്. അവിടെ ഒരു കുളി ത്തോർത്തിൽ ശരീരം മൂടി അവർ എന്തോ വിരിച്ചിടുന്നുണ്ടായിരുന്നു. അപ്പോഴാണ് അവരുടെ കാലിൽ ഒറ്റത്തല കണ്ടത്. പെട്ടെന്ന് അവർ അക ത്തോടി. അയാളും വളരെ വേഗം പിന്തിരിഞ്ഞു. ഭാര്യ മാത്രമല്ല, മകനും അപ്പോൾ വീട്ടിലുണ്ടായിരുന്നു. അവർ അയാളുടെ പ്രവർത്തി കണ്ടാലോ എന്ന ഭയം അയാളെ ചെറുതല്ലാത്ത വിധത്തിൽ നിയന്ത്രിച്ചിരുന്നു. ഏക ദേശം അയാളുടെ ഭാര്യയുടെ പ്രായം തന്നെയായിരുന്നു അവർക്കും. പക്ഷേ പറയാനാവാത്ത എന്തോ ഒരു സന്തോഷം അവരെ കാണു മ്പോൾ അയാൾക്കുണ്ടാകാറുണ്ടായിരുന്നു. ശരിക്കും പറഞ്ഞാൽ ഭാര്യയെ കാണുമ്പോൾ തോന്നുന്ന വികാരത്തിന് നേരെ എതിരായിരുന്നു അത്. എന്നിട്ടും നേരെ നിന്ന് അവരോട് എന്തെങ്കിലുമൊന്ന് സംസാരിക്കു വാൻ അയാൾക്ക് കഴിഞ്ഞില്ല. അതിനെയാണ് മറ്റുള്ളവരെപ്പോലെ

ഇപ്പോൾ അവരും 'പെർമിനന്റ് ബി പി'എന്നതുകൊണ്ട് ഉദ്ദേശിച്ചത്. തന്റെ അനിയത്തിമാരോടുപോലും ഭർത്താവ് സംസാരിക്കുന്നതിൽ താൽപ്പര്യമില്ലാത്ത ഒരാളായിരുന്നു അയാളുടെ ഭാര്യ. അത് അയാളുടെ സ്വഭാവത്തെ വല്ലാതെ ഞെരുക്കിയിരുന്നു.

മകനൊരിക്കൽ,അവന്റെ സങ്കടം കൊണ്ടവണം,തുറന്നുപറഞ്ഞു.

"അച്ഛനെ കുറേക്കഴിയുമ്പോൾ ഇനി ഹിമാലയത്തിൽ കാണാം. തപ സ്സിരിക്കുന്നതായിട്ട്."

അയാൾ അപ്പോഴും ഒന്നും പറഞ്ഞില്ല. മകൻ പിന്നെയും പറഞ്ഞു.

"ഞാൻ കല്യാണം കഴിച്ചുകഴിയുമ്പോൾ എന്റെ ഭാര്യ അമ്മയെ പ്പോലെ പെരുമാറിയാൽ ഞാനവളെ അവളുടെ വീട്ടിൽ പറഞ്ഞുവിടും. എനിക്ക് അച്ഛനെപ്പോലെയാവാൻ ഒരിക്കലും കഴിയില്ല."

അമ്മ കേൾക്കെയാണ് മകൻ അങ്ങനെ പറഞ്ഞത്. അപ്പോൾ ഭാര്യ സങ്കടം കുത്തിയ മുഖത്തോടെ ആക്രോശിച്ചു.

"നിങ്ങൾക്ക് ചെവി എന്നുപറയുന്ന ഒന്നില്ലേ. അതോ മോൻ പറയു ന്നതുകേട്ട് രസിക്കുവാണോ.. എങ്കിൽ ഒട്ടും അഭിമാനമില്ല നിങ്ങൾക്ക്."

അന്നേരം മാത്രം അയാൾ താഴ്ന്ന സ്വരത്തിൽ മകനോട് പറഞ്ഞു. പക്ഷേ ഭാര്യയ്ക്കു കൂടി കേൾക്കാവുന്ന വിധത്തിൽ.

"നിന്റെ പ്രായത്തിൽ ഞാനുമിതേപോലെ പറഞ്ഞിരുന്നു. വിവാഹം കഴിഞ്ഞതോടെ ആ അഭിപ്രായം എനിക്കുമാറ്റേണ്ടിയും വന്നു. അതാണ് ജീവിതം."

"ഓഹോ.. നിങ്ങളെന്നെ സഹിച്ചുകൊണ്ടിരിക്കുകയാണ് എന്നല്ലേ അതിനർഥം. ഇതൊക്കെ സ്വന്തം മകന്റെ മുന്നിൽ വച്ചു പറയാൻ നാണ മില്ലല്ലോ നിങ്ങൾക്ക്. അവന്റെ മുന്നിൽ ഞാനെത്ര ചെറുതാകും എന്നു പോലും ആലോചിക്കാതെ... എനിക്കറിയാം, നിങ്ങളെന്നെ ചുമക്കുക യാണ്. ഞാനാണ് കഴുത.. എല്ലാമറിഞ്ഞിട്ടും പിന്നെയും നിങ്ങളുടെ അടി വസ്ത്രങ്ങൾ കഴുകിത്തന്ന്... വല്ല കാൻസറും തന്ന് എന്നെയൊന്നു കൊ ന്നുകളയാൻ കൂടി കരുണയില്ലല്ലോ ഈശ്വരന്."

നെറ്റിയിൽ അവൾ മൂന്നുവട്ടം അടിക്കുകകൂടി ചെയ്തു അന്ന്. പല്ലു കടിച്ച് പുറത്തേക്ക് നടന്നുകൊണ്ട് മകൻ പറഞ്ഞു.

"ഇനിയീ വീട്ടിൽ ഇതേപ്പറ്റി ഞാനൊന്നും പറയില്ല. എന്റെ ഭാര്യയെ ഞാനീ വീട്ടിൽ താമസിപ്പിക്കുകയുമില്ല."

അതിനൊക്കെ ശേഷമാണ് മകൻ വിദേശത്തുപോയതും അയാൾ സ്വന്തമായി വീട് വാങ്ങി അങ്ങോട്ട് താമസം മാറിയതും. ഇപ്പോൾ ഭാര്യ പറയുന്നത് മകനെ അവരിൽ നിന്ന് അകറ്റിക്കളഞ്ഞത് അയാളാണെ ന്നാണ്.

അയാൾ പെട്ടെന്ന് പറഞ്ഞു.

"എനിക്കറിയില്ല.അവനൊരു വിവാഹം കഴിക്കുമോന്ന്. പലതവണ ഞാൻ പറഞ്ഞപ്പോഴും കൃത്യമായൊരുത്തരം തരാതെ അവൻ ഒഴിഞ്ഞു മാറി. ചിലപ്പോൾ നമ്മൾ കേൾക്കാറുള്ളതുപോലെ പല പല പെണ്ണുങ്ങ

ളുമായി.... സ്ഥിരമായൊരു ബന്ധമില്ലാതെ.. അങ്ങനെ വല്ലതുമാകുമോ. ഇന്ത്യയിലേക്ക് വരണമെന്നുതന്നെ അവനില്ല."

ഒരു നടുക്കത്തോടെ അവർ അയാളെ നോക്കി. പിന്നെ തിരക്കി.

"ആരെപ്പറ്റിയാണ് താങ്കൾ പറയുന്നത്."

വളരെ അടുപ്പമുള്ള ഒരു സുഹൃത്തിനോടെന്നപോലെ അയാൾ അവരോട് വിശദീകരിച്ചു.

"വേറാരെപ്പറ്റി..എന്റെ മകനെപ്പറ്റിത്തന്നെ.."

അവർ അകലേക്ക് നോട്ടം മാറ്റി. ഹിമാലയത്തിന്റെ ദൂരക്കാഴ്ചയായിരുന്നു അത്. തിബത്തിനും ചൈനയ്ക്കുമരികിലൂടെ കടന്നുപോകുന്ന ഹിമാലയനിരകൾ.

"എനിക്കറിയാം, ഞാനവനെ കണ്ടിട്ടുണ്ട്."

അവർ പറഞ്ഞു.

അയാൾ അത്രയുമേ സംസാരിച്ചുള്ളുവെങ്കിലും അതുമതിയായിരുന്നു അവർക്ക്. അവർ മാറത്ത് കൈകെട്ടി മുഖം നിറയെ തിളക്കവുമായി ഏതോ വിസ്മൃതിയിൽ നിൽക്കുകയായിരുന്നു.

"ആദ്യായിട്ടാണോ.. ഇങ്ങോട്ടുള്ള യാത്ര.."

അവർ ചോദിച്ചപ്പോൾ അയാൾ വീണ്ടും ചിരിച്ചു.

"കുറെക്കാലായി വിചാരിക്കുന്നു. ഇപ്പോഴാണ് ഒത്തുവന്നത്."

"വയസാകുമ്പോൾ കാണുന്ന ഹിമവാന് വേറെ ഭംഗിയാണ്. എന്റെയഭിപ്രായത്തിൽ ഇതാണ് റൈറ്റ് ടൈം."

അവർ പതിഞ്ഞസ്വരത്തിൽ പറഞ്ഞു.

"എന്റെ മകനൊരിക്കൽ പറഞ്ഞതെന്താണെന്നോ,അച്ഛന് ഹിമാലയത്തിൽ സന്യസിക്കാൻ യോഗമുണ്ടെന്ന്."

അതും പറഞ്ഞ് അയാൾ ചിരിച്ചു.

"നിങ്ങളുടെ മകനൊരിക്കൽ എന്നോട് സംസാരിച്ചിട്ടുണ്ട്."

അതുകേട്ട് അയാൾ അതിശയപ്പെട്ടു.

"ഉവ്വോ."

"ഊം. ഞാൻ ഒന്നു വീണിട്ട് ലേശം റെസ്റ്റിലായിരുന്നു. ഒരിക്കെ ഡോക്ടറെ കണ്ടുവരുമ്പോ ലിഫ്റ്റീന്ന് ഇറങ്ങാൻ നേരം, ആന്റീ, കൈ പിടിക്കണോന്ന്.."

"എന്നിട്ട്..."

"ഞാൻ കൈനീട്ടി. വേണ്ടിയിട്ടല്ല. എന്നിട്ടും കൈ നീട്ടാൻ തോന്നി... ദാ... ഈ കൈ.."

അവർ വലംകൈ നീട്ടിക്കാണിച്ചു. പഞ്ചാബിസ്ത്രീകളുടെ മസൃണമായ കൈത്തലം. ആ കൈയിലേക്ക് അയാൾ നിഗൂഢമായി നോക്കി നിന്നു. ഓർക്കാപ്പുറത്ത് സ്പർശനമേറ്റെന്നപോലെ അവർ കൈ വലിച്ചു. എന്നിട്ടു പതിയെ പറഞ്ഞു.

"അന്നേരം നിങ്ങളെത്തന്നെ തൊട്ടപോലെ തോന്നി."

അയാൾ മകനെ ഓർത്തു. അവന്റെ കാൽനഖങ്ങളും ഉരവും

നെറ്റിയും കണ്ണുമൊക്കെ തന്നെപ്പോലെ തന്നെയാണ്. ഇപ്പോൾ മീശ യ്ക്കുതാഴേക്ക് അവൻ താടി വച്ചിട്ടുണ്ടെങ്കിലും പഴയ തന്റെ ഛായാപടം പോലെ തന്നെ. മകനോട് അപ്പോൾ വല്ലാത്തൊരു സ്നേഹം അയാൾക്കു തോന്നി.

"ഞങ്ങൾ മറ്റന്നാൾ മണാലി വഴി ദില്ലിയിലേക്ക് തിരിക്കും. എപ്പോ ഴാണ് നിങ്ങളുടെ തിരിച്ചുള്ള യാത്ര."

അന്നേരം വരാന്തയിലേക്ക് ജോലിക്കാരി സ്ത്രീ കയറിവന്നു. മഞ്ഞ് നനഞ്ഞ ഉടുപ്പിട്ട അവർ നമസ്കാരം പറഞ്ഞു.

"ജൂലേ.."

അവർ അഭിവാദനം മടക്കി. മുറിക്കു പുറത്തു വച്ചിരുന്ന കുട്ടയു മായി ചുവന്ന മുഖമുള്ള ജോലിക്കാരി തിരിച്ചുപോയി.

"എന്റേത് കമ്പനി ടൂറാണ്. നാലുദിവസം കൂടി കഴിഞ്ഞേ ഞാൻ മടങ്ങൂ.." അയാൾ കൂട്ടിച്ചേർത്തു.

"കമ്പനി ആദ്യമായി എനിക്കു തരുന്ന ടൂർ."

അവരുടെ മുഖം അൽപ്പനേരത്തേക്ക് ഇരുണ്ടു. ആകാശത്തിന്റെ നീലത്തിളക്കമോ മണ്ണിന്റെ മഞ്ഞപ്പരപ്പോ അവർ അറിയുന്നില്ലെന്ന് തോന്നി. പുറത്ത് പകൽ വ്യക്തമായും ആരംഭിച്ചു.

"എന്തെങ്കിലും അസുഖം പറഞ്ഞ് എനിക്കീ ഹോട്ടൽമുറിയിൽ ത്തന്നെ കിടക്കാൻ തോന്നുന്നു."

"എന്തിന്.."

അന്ധാളിപ്പോടെ അയാൾ തിരക്കി. അവർ മറുപടി പറഞ്ഞില്ല. അയാ ളുടെ മുഖത്തേക്ക് നോക്കിയതുമില്ല. പെട്ടെന്ന് അവർ പറഞ്ഞു.

"ആയിരക്കണക്കിന് കിലോമീറ്ററുകൾ യാത്ര ചെയ്ത് നമ്മളെത്തി യത് ഇവിടെവെച്ച് ഇങ്ങനെ കാണാനാണ്. സംസാരിക്കാനും. അല്ലേ.."

അയാൾ ആലോചിച്ചു. യാദൃച്ഛികമായി ഇവിടെവെച്ച് കണ്ടില്ലായിരു ന്നെങ്കിൽ ഡൽഹിയിൽ ഒരു ഭിത്തിക്കപ്പുറവും ഇപ്പുറവുമായി തങ്ങൾ ജീവിക്കും. ആയുസ്സൊടുങ്ങുംവരെ അപരിചിതരായിട്ടുതന്നെ. മരിച്ചുക ഴിയുമ്പോൾ ഏതെങ്കിലും വൈദ്യുതശ്മശാനത്തിൽ അവസാനിക്കും. അങ്ങനെയാവരുതെന്ന് ശഠിച്ചത് ഏതു തമ്പുരാനാണ്. അതിനുള്ള ഉത്തരം കിട്ടുന്നതിന് മുമ്പ് അവർ പറഞ്ഞു.

"എന്നെ എനിക്കു മനസിലാവുന്നില്ല. എങ്കിലും എന്നെ തിരുത്താനും ഞാൻ പോകുന്നില്ല. ഇപ്പോൾ ഞാൻ പോട്ടെ.."

ഒരൽപ്പനേരം അയാളുടെ പ്രതികരണത്തിന് കാത്തുനിന്നിട്ട് അവർ മുറിയിലേക്ക് കയറി വാതിലടച്ചു. അതുവരെ ഭരിക്കാത്ത ഒരേകാന്തത ജീവിതത്തിൽ ആദ്യമായി തന്നെ മൂടുന്നത് അയാൾ തിരിച്ചറിഞ്ഞു.

മുറിയിലെത്തിയശേഷം അയാൾ മകനെ ഫോണിൽ വിളിച്ചു. അവിടെ രാത്രിയായിരുന്നു. മകൻ നല്ല ഉറക്കത്തിലും. എന്നിട്ടും അവൻ അയാളോട് ധാരാളം സംസാരിച്ചു. അയാൾ യാത്രയിലാണെന്ന് മകൻ അറിയുന്നതും അപ്പോഴായിരുന്നു. അതവന് വലിയ സന്തോഷമായെന്ന്

അയാൾക്ക് മനസ്സിലായി. അത്രയും ആഹ്ലാദത്തിലായിരുന്നു അയാളും. ഫോൺ വച്ചു കഴിഞ്ഞപ്പോൾ മകനോട് എന്തോ ചിലതുകൂടി പറയണ മെന്നുണ്ടായിരുന്നു അയാൾക്ക്. വീണ്ടും വിളിച്ചെങ്കിലോ എന്നോർത്തു. പിന്നെ, ഉറക്കത്തിൽ ഒന്നുകൂടി ശല്യം ചെയ്യേണ്ട എന്നുകരുതി അയാൾ ശ്രമം ഉപേക്ഷിച്ചു.

നാലുനൂറ്റാണ്ട് മുമ്പ് ലഡാക്ക് സന്ദർശിച്ച ബുദ്ധസന്യാസിയുടെ മെണാസ്ട്രിയായിരുന്നു അന്നു പകലിലെ പ്രധാന സന്ദർശനകേന്ദ്രം. റോഡിൽ നിന്ന് അധികം അകലെയായിട്ടല്ലാതെ നിലകൊള്ളുന്ന അതിന്റെ ഉയർന്ന സ്ഥലത്ത് നിൽക്കുകയായിരുന്നു അയാൾ. ഹോട്ടലിൽ നിന്ന് ഏർപ്പാട് ചെയ്ത വഴികാട്ടി ചരിത്രം വിശദീകരിച്ചുകൊണ്ടിരുന്നു. അപ്പോൾ ചെറിയൊരു യാത്രാബസിൽ അയാളുടെ അയൽക്കാരിയും മറ്റുള്ളവരും താഴെ വന്നിറങ്ങി. അവരുടെ ഭർത്താവ് തലപ്പാവണിഞ്ഞി രുന്നു. രണ്ട് പെൺമക്കളും അവരുടെ ഭർത്താക്കന്മാരും സുഹൃത്തുക്ക ളുമുണ്ടായിരുന്നു. ഒന്നിലും പെടാതെ അവർമാത്രം ഒരു ചെറിയ പെൺകു ട്ടിയുടെ കൈ പിടിച്ച് ഒറ്റയ്ക്കു നടക്കുന്നത് അയാൾ ശ്രദ്ധിച്ചു. പതുക്കെ പതുക്കെ അവർ പടികൾ കയറി താൻ നിൽക്കുന്നതിനടുത്തെത്തും. ആകസ്മികമായി വീണ്ടും മുന്നിൽ കാണുമ്പോൾ അവരുടെ പ്രതികര ണമെന്തായിരിക്കും.

താഴെ നിന്ന് തണുത്ത കാറ്റ് അടിച്ചുകയറുന്നുണ്ടായിരുന്നു. വെയി ലിന് തീക്ഷ്ണമായ പ്രകാശമുണ്ടെങ്കിലും തീരെ ചൂടുണ്ടായിരുന്നില്ല. അയാൾ അവർ കയറിവരാനായി കാത്തുനിന്നു.

ആ സമയമൊക്കെ അയാൾ പിന്നിട്ട ജീവിതത്തെപ്പറ്റി ആലോചി ച്ചുകൊണ്ടിരുന്നു. ഒരു ചെറിയ പട്ടമാണ് താൻ. ദൈവത്തിന്റെ കൈയിലെ പട്ടം. ചരടിൽ ചില്ലുമിശ്രിതം പുരട്ടാത്ത പട്ടം. ആരുടെയും പട്ടത്തെ വെട്ടി മുറിക്കാതെ പറന്നുകൊണ്ടിരിക്കുന്ന പട്ടം. മത്സരമാണ് നടക്കുന്നത്. പക്ഷേ താൻ മത്സരത്തിനില്ല. തന്നെവച്ച് ദൈവം ആരോടും മത്സരിക്കു ന്നുമില്ല. തന്റെ കൈകൾ ചില്ലുതരികളിലുരഞ്ഞ് മുറിയുന്നുമില്ല.

അന്നേരം അയാൾ നേർത്ത കിതപ്പിനൊപ്പം അവരുടെ 'ഓ' എന്ന ആശ്ചര്യശബ്ദം കേട്ടു. അയാൾ തിരിഞ്ഞുനോക്കി. അവർ തൊട്ടടുത്ത് നിൽക്കുകയായിരുന്നു. മുഖം മുക്കാലും മറയുന്ന കറുത്ത കണ്ണട അണി ഞ്ഞിരുന്നിട്ടും അവരുടെ മുഖം നിറയെ പ്രകാശമായിരുന്നു.

"ഒട്ടും വിചാരിച്ചില്ല. പക്ഷേ കുന്നു കയറുമ്പോൾ ആഗ്രഹിച്ചിരുന്നു." അവർ പറഞ്ഞു. അയാൾ ചിരിച്ചതേയുള്ളൂ. അവർ കുട്ടിയുടെ കൈയിൽ മുറുക്കിപ്പിടിച്ചിട്ടുണ്ടായിരുന്നു. അനുസരണയുള്ള ആ കുട്ടിയെ അയാൾ നോക്കി. ആ കുട്ടിയും വെയിലിനെ ചെറുക്കാൻ കണ്ണട വച്ചി രുന്നു.

"ഫ്രണ്ടിന്റെ കുട്ടിയാണ്. ബ്ലൈൻഡ്. ഞാനാ മിക്കവാറും കൂട്..." അയാൾ കുട്ടിയുടെ മുന്നിൽ മുട്ടുകാലിലിരുന്നു. എന്താണ് പറയേ ണ്ടതെന്ന് അയാൾ ആലോചിച്ചു.

"ബേട്ടീ.."

കുട്ടി ഒരു ഞെട്ടലോടെ അയാളെ സ്പർശിച്ചു. പിന്നെ അവരോട് ചോദിച്ചു.

"ആരാ ആന്റീ, ബുബുവാണോ.." അവർ അയാളെ നോക്കി. അവരുടെ മുഖം ഞൊടിയിടയിൽ വിവർണമായി. പെട്ടെന്ന് കുട്ടിയുടെ ശിരസ്സിൽ തലോടിക്കൊണ്ട് അവർ പറഞ്ഞു.

"അതെ മോളേ.."

കുട്ടി പെട്ടെന്ന് അയാളുടെ കൈയിൽ മുറുകെ പിടിച്ചു.

"ബുബു..ബുബൂ..."

അയാൾ മനസിലാവാതെ അവരെ നോക്കി. അവർ പതിയെ പറഞ്ഞു.

"ഞാൻ പറഞ്ഞുകൊടുക്കാറുള്ള കഥകളിലെ... എന്റെയൊരു സാങ്കൽപ്പിക കഥാപാത്രമാണ്. സ്വപ്നം..."

അയാൾ ആകെ അസ്വസ്ഥനായത് പെട്ടെന്നാണ്. കുട്ടി മുതിർന്ന ഒരാളാണെന്ന് അയാൾക്കു തോന്നി.അയാൾ കുട്ടിയെ പതിയെ തന്നോട് ചേർത്തു.

"ഞാനൊരു കാര്യം പറഞ്ഞാൽ അവിവേകമാവുമോ.."

അവർ ചോദിച്ചു.

"എന്തിനാണ് ഇങ്ങനെ മുഖവുര.."

അവർ അയാളോട് ചേർന്നു നിന്നു. താഴെ നിന്ന് വേറെയും സഞ്ചാരികൾ കയറിവരുന്നുണ്ടായിരുന്നു.

"ഞാനൊരു വിവാഹമാലോചിക്കട്ടെ, നിങ്ങളുടെ മകനുവേണ്ടി.. എന്റെ പരിചയത്തിൽ നല്ല സ്വഭാവമുള്ള കുട്ടികളുണ്ട്. നമ്മൾ പറഞ്ഞാൽ അവൻ കേൾക്കാതിരിക്കുമോ."

അയാൾ ശബ്ദം നഷ്ടപ്പെട്ടവനെപ്പോലെ അവരെ നോക്കി. അവർ അതൊന്നും ശ്രദ്ധിക്കാതെ ചില പെൺകുട്ടികളെപ്പറ്റി പറഞ്ഞുകൊണ്ടിരുന്നു. പിന്നെ കാര്യമായെന്തോ ഓർത്തിട്ടെന്നപോലെ അവർ ഒന്നു നിർത്തി.

"അവിടെയെത്തിയാൽ നമുക്കിതൊക്കെ സംസാരിക്കാൻ സാഹചര്യമുണ്ടാവില്ലല്ലോ.."

അയാൾ സ്വന്തം കാൽച്ചുവട്ടിലേക്ക് നോക്കി. അവരുടെ മുഖവും ദയനീയമാം വിധം ചുകന്നിരുന്നു. കുട്ടിമാത്രം അയാളെ സ്പർശിച്ചുകൊണ്ട് പിന്നെയും വിളിച്ചു.

"ബുബൂ.."

അയാൾ കുട്ടിയെ വാരിയെടുത്ത് ഉമ്മ വച്ചു. അപ്പോൾ അവരുടെ മുഖം വിടരുന്നത് അയാൾ കണ്ടു.

"അതേ, ഞങ്ങൾ പോട്ടെ.. ഇത്ര ദൂരെ വന്നിട്ടാണെങ്കിലും നിങ്ങൾ ഞങ്ങളോട് സംസാരിക്കുന്നത് കണ്ടാൽ അവർക്കൊക്കെ അത്ഭുതമാവും. ധാരണ മാറ്റേണ്ട."

അവർ കുട്ടിയുടെ കൈ പിടിച്ച് പോകാനൊരുങ്ങി. അവർ പോയാൽ താൻ തനിച്ചാവുമെന്ന് അയാൾക്കുതോന്നി. എന്നിട്ടും അയാൾ ശീലം പോലെ ചുണ്ടുകൾ തുറക്കാതെ നിന്നു.

"ബുബുവിനോട് യാത്ര പറയൂ."

കുട്ടി അവരുടെ കൈ വിടുവിക്കാതെ അയാളെ തിരിഞ്ഞുനോക്കി. കുട്ടി പറഞ്ഞു.

"ഇനി കഥകേൾക്കുമ്പോൾ ഞാൻ ബുബുവിന്റെ കൈപിടിച്ചത് ഓർക്കും."

അയാൾക്ക് അതുകേട്ടപ്പോൾ സങ്കടം പൊട്ടുന്നതായി അനുഭവപ്പെട്ടു. അവരുടെ മുഖവും മ്ലാനമായിരുന്നു. നീണ്ടുയർന്ന തന്റെ ശരീരത്തെ അൽപ്പം പ്രയാസപ്പെട്ട് ലഘുവാക്കിയശേഷം അവർ ചെറിയസ്വരത്തിൽ സംസാരിച്ചു.

"തിരിച്ചുചെന്നാൽ ഗുരുമഹാരാജിനോട് ഞാൻ പ്രാർഥിക്കും. ഒരു മഴ പെയ്യാൻ... അപ്പോൾ ഞാനാ ടെറസ്സിൽ വന്നുനിൽക്കും. നിങ്ങളും വരുമെന്നറിയാം, ഒന്നും മിണ്ടണ്ട, എങ്കിലും..."

അവർ തിടുക്കത്തിൽ പടവുകളിറങ്ങി. വെളുത്ത മണ്ണിന്റെയും മഞ്ഞ ക്ല്ലിന്റെയും പ്രതലങ്ങളിൽ അവരുടെ കാൽപ്പാടുകൾ പതിഞ്ഞു. പെട്ടെ ന്നാണ് അവരുടെ പേര് തനിക്കറിയില്ലെന്ന് അയാളോർമിച്ചത്. അയാൾ വേവലാതിയോടെ തന്നെ മുന്നോട്ടോടിച്ചെന്ന് വിളിച്ചു.

"പേര് പറഞ്ഞിട്ടുപോകൂ..."

അവരിരുവരും തിരിഞ്ഞുനിന്നു. മൊണാസ്ട്രിയുടെ അന്തരീ ക്ഷത്തെ സ്വാംശീകരിക്കുന്ന മന്ദഹാസത്തോടെ അവർ പറഞ്ഞു.

"ബുബു എന്നുതന്നെ."

അയാൾ ചിരിച്ചുപോയി. കടന്നുപോകുന്ന സഞ്ചാരികൾ ബുദ്ധക്ഷേ ത്രത്തിലെ ലോഹത്തിന്റെ പ്രാർഥനാചക്രങ്ങളിൽ കൈമുട്ടിച്ചുണ്ടാക്കുന്ന മണിനാദം ഇടവിട്ടിടവിട്ട് ഉതിർന്നുകൊണ്ടിരുന്നു.

www.ingramcontent.com/pod-product-compliance
Lightning Source LLC
Chambersburg PA
CBHW051442140726

47987CB00006B/2501